अभिप्राय

पुनः पुन्हा वेचावेत असे सुवर्णकण...

मानवी स्वभावावर त्याच्या वृत्तीवर प्रकाश टाकणारे जिब्रानचे काव्य म्हणजे टीका व तत्त्वज्ञान यांचा संगम आहे. लेखकाला आलेल्या अनुभूतीची प्रचिती तो वाचकाला आणू इच्छितो.

जिब्रान हा प्रतिभासंपन्न चित्रकार व कवी होता. व्यक्तिजीवन व सामाजिक जीवन यातल्या सूक्ष्म अशा विसंवादावर त्याने अगदी सहजपणे विदारक प्रकाश टाकला आहे.

— दैनिक सकाळ (नाशिक) २०-११-१९९४

सुवर्णकण

वि. स. खांडेकर

मेहता पब्लिशिंग हाऊस

Email : production@mehtapublishinghouse.com

Website : www.mehtapublishinghouse.com

SUVARNAKAN by V. S. KHANDEKAR

सुवर्णकण : वि. स. खांडेकर / रुपककथा संग्रह

Email : author@mehtapublishinghouse.com

© सुरक्षित

मराठी पुस्तक प्रकाशनाचे हक्क मेहता पब्लिशिंग हाऊस, पुणे.

प्रकाशक : सुनील अनिल मेहता, मेहता पब्लिशिंग हाऊस,
१९४१ सदाशिव पेठ, माडीवाले कॉलनी, पुणे ३०.

प्रकाशनकाल : १९४४ / १९४८ / जुलै, १९९४ / जानेवारी, २००३ / ऑगस्ट, २००८ / पुनर्मुद्रण : जून, २०१५

मुखपृष्ठ : मेहता पब्लिशिंग हाऊस

P Book ISBN 9788177663754

E Book ISBN 9788184987195

E Books available on : play.google.com/store/books
www.amazon.in

खलील जिब्रान
व
कॅरेल कॅपेक
यांच्या
स्मृतीस

चार शब्द

पुस्तके ही मित्रांसारखी असतात, या उक्तीत सत्य अधिक आहे की, सौंदर्य अधिक आहे, हे सांगणे कठीण आहे. प्रथमदर्शनी दिसतो, त्यापेक्षा कितीतरी खोल अर्थ या सुभाषितात भरला आहे, यात मात्र मुळीच शंका नाही. मित्रांत नुसते बोलघेवडे आणि वेळेवर उपयोगी पडणारे असे फरक पडतात ना? तसे हे पुस्तकांतही असतात. काही काही लोक परिचयाच्या दिवशीच आपले जीवश्चकंठश्च मित्र बनतात! पण जितक्या लगबगीने ते गळ्यात गळा घालतात, तितक्याच घाईने पाठ फिरवून आपल्या आयुष्यातून ते निघून जातात. पुस्तकांतही हे प्रकार अनुभवाला येतात. मित्र आणि पुस्तके यांच्यातली अशी अनेक गमतीदार साम्ये सांगता येण्याजोगी असली, तरी एका विशिष्ट साधर्म्याचा अनुभव पुन:पुन्हा आला असल्यामुळे त्याचे मला नेहमीच कौतुक वाटते. ते म्हणजे चांगल्या मित्रांप्रमाणे चांगली पुस्तकेही आपल्या आयुष्यात योगायोगानेच येतात, हे होय.

मित्रांचीच गोष्ट पाहा ना!

प्रो. रामभाऊ जोशी व मी अगदी बालमित्र आहो. पण लहानपणी आमची घरे एकमेकांच्या जवळ होती, म्हणून आम्ही स्नेही झालो, असे मात्र मला मुळीच वाटत नाही. जिच्या राखीव खुर्चीचा दर दुध्या पेन्सिलीचा अर्धा किंवा पाव तुकडा होता, अशी बालनाटकमंडळी स्थापण्याच्या महत्त्वाकांक्षेनेच आम्हाला प्रथमत: एकत्र आणले असावे! माझे दुसरे मित्र जंबुअण्णा आरवाडे यांचे घर तर आमच्या घरासमोरच होते. म्हणजे एकाचे तोंड पूर्वेला, तर दुसऱ्याचे पश्चिमेला, अशी आमची अक्षरश: स्थिती होती. काही वर्षे ती तशीच राहिली. पण इंग्रजी चौथीत किंवा पाचवीत वर्गबंधू झाल्याबरोबर आमच्या दोघांच्या मनांत जे मैत्रीचे बीज रुजले, ते पुढे स्थलाचे दूरत्व किंवा व्यवसायाचे भिन्नत्व यांची पर्वा न करता अंकुरित आणि पल्लवित होत गेले. १९१६ साली माझ्यापेक्षा वयाने लहान

असा एक विद्यार्थी म्हणून दत्तक घरी ज्यांची गाठ पडली, त्या दत्ताराम घाट्यापासून १९३५ मध्ये 'ज्योत्स्ने'च्या निमित्ताने भेटलेल्या वामनराव ढवळ्यांपर्यंतचे अनेक जिव्हाळ्याचे स्नेही माझ्या आयुष्यात कसे आले, याची आठवण ज्या ज्या वेळी मला होते, त्या त्या वेळी नकळत माझ्या तोंडून एकच उद्‌गार निघतो- दैवाइतका कुशल कादंबरीकार जगात कुठेही आढळणार नाही. विस्मयाचे तंत्र सुंदर रीतीने वापरण्यात त्याचा अगदी हातखंडा आहे.

जी गोष्ट मित्रांची, तीच पुस्तकांची. श्रीपाद कृष्ण, हरिभाऊ आपटे, गडकरी, आगरकर, टर्जिनिव्ह, चेकॉव्ह, इब्सेन, झ्वाइग, टोलर, कॅपेक या माझ्या अतिशय आवडत्या ग्रंथकारांपैकी कुणीही घ्या. त्यांच्याशी झालेल्या माझ्या पहिल्या परिचयाची हकिकत मोठी मनोरंजक आहे. मग जिब्रानच या नियमाला कसा अपवाद होणार?

१९३८ साल असावे ते! मी पुण्यात होतो तेव्हा. माझ्या पत्नीच्या टॉन्सिल्सचे ऑपरेशन करायचे ठरले होते. चित्रपटात किंवा लघुकथांत मोठमोठ्या शस्त्रक्रिया मी झपाट्याने उरकल्या असल्या, तरी हे ऑपरेशन अगदी साधे आहे, हे कळत असूनही त्याच्या कल्पनेने मी उगीच बेचैन झालो होतो. स्वत:च्या त्या अस्वस्थ मन:स्थितीला हसत मी पुन:पुन्हा म्हणत होतो- कलावंत हा नाचरंगात दंग होऊन वीरश्रीची बडबड करणाऱ्या महाभारतातल्या उत्तरासारखा असतो! जोपर्यंत अंत:पुरात वल्गना करायच्या आहेत, तोपर्यंत त्याच्या शौर्याच्या गप्पा ऐकून घेण्याजोग्या असतात. पण प्रत्यक्ष रणांगणावर जायची पाळी येताच उत्तराला जसे कापरे भरले, तशी कठोर व्यवहाराशी तोंड द्यायचा प्रसंग आला, की कलाकाराची स्थिती होते!

पण स्वत:वर एवढी टीका करून घेऊनसुद्धा माझ्यात काडीइतकीही सुधारणा झाली नाही. आदल्या दिवशी लिहायला घेतलेली 'पहिली लाट' ही गोष्ट त्या दिवशी मी पुरी करणार होतो. पण मन स्वस्थ नसल्यामुळे काही केल्या लेखनाकडे माझे लक्षच लागेना. मी उठून 'इंटरनॅशनल बुक सर्व्हिस'मध्ये गेलो. फुलपाखरे जशी फुलांनी भरलेल्या बागेत रमतात, त्याप्रमाणे पुस्तकातल्या किड्यांचाही पुस्तकांच्या दुकानात हा हा म्हणता वेळ जातो. हे पुस्तक उचल, त्या पुस्तकाची प्रस्तावना वाच, ते नवे पुस्तक चाळून पाहा, असे करीत तिथे मी बराच वेळ घालविला. आता घरी परतायचे, असे मनात म्हणत मी सहज एका बाजूच्या उघड्या कपाटाकडे वळलो. एका छोट्या पुस्तकाच्या काळ्या पुठ्ठ्यावर चकाकणाऱ्या सोनेरी अक्षरांनी माझे लक्ष वेधून घेतले. मी पुस्तक उचलून ती सोनेरी अक्षरे वाचली-

The Madman

His Parables and Poems

Khalil Gibran.

जिब्रान हे लेखकाचे नाव कुठे ऐकल्याचे मला काही आठवेना. पुस्तकाचे नाव पाहावे, तर 'पागल'! आत अन्योक्तीपर छोट्या कथा आणि कविता आहेत, हे वरच्या मजकुरावरूनच उघड होत होते. पुस्तक चटकन उघडावे, असे कोणतेच आकर्षण त्या बहिरंगात नव्हते. मी ते शेल्फवर ठेवून पुढे झालो. इतक्यात माझ्या मनात एक कल्पना आली- आपण गेली कित्येक वर्षे रूपककथा म्हणून छोट्या छोट्या गोष्टी मोठ्या आवडीने लिहीत आलो आहो. त्या गोष्टींचे वाङ्मयीन मूल्य कळायला कदाचित या पुस्तकाचा उपयोग होईल.

दोन पावले मागे येऊन मी ते पुस्तक पुन्हा उचलले. शितावरून भाताची परीक्षा करायची ठरवून, मी ते उघडले. योगायोगाने जे पान मी उघडले होते, त्याच्यावर असलेल्या गोष्टीचे नाव 'The Great Sea' (महासागर) असे होते. मी ती कथा वाचू लागलो. तीन-चार मिनिटांत माझे वाचन संपले. पुस्तक मिटून मी जिब्रान या पुस्तकावरच्या नावाकडे पाहिले. माझ्या दृष्टीतली मघाची उदासीनता कुठल्या कुठे बेपत्ता झाली होती. तिची जागा आता आदराने घेतली होती. जिला मी धूळ मानीत होतो, ती साधी माती नव्हती! सोन्याच्या खाणीतली माती होती ती!

त्या दिवशी जिब्रानचे हे पुस्तक रात्री झोपण्याच्या पूर्वी मी दोनदा वाचून काढले. त्याच्या वाचनाने माझ्या मनाला एक प्रकारची गूढ, पण रम्य अशी शांती लाभली. थंडीच्या दिवसांत पहाटे उठून बाहेर पसरलेले धुके पाहताना माणसाला जो अपूर्व आनंद होतो, तो त्या दिवशी मी अनुभवला. अंथरुणावर पडल्यावर नुकत्याच वाचलेल्या जिब्रानच्या छोट्या गोष्टींचे चिंतन करीत असताना राहून राहून मला धुक्याचीच आठवण होत होती! त्याच्या कथांत तरल सौंदर्य आहे, याविषयी माझी खात्री झाली होती. पण ते गूढ सौंदर्य कशातून निर्माण झाले आहे, त्याचा आत्मा काव्य आहे की तत्त्वज्ञान आहे, याविषयी निश्चित असा निर्णय मला त्यावेळी करता येईना.

त्या दिवसापासून जिब्रानचे 'मॅडमन' हे पुस्तक माझ्या आवडत्या पुस्तकांपैकी एक होऊन बसले. माझ्या लिहायच्या खोलीतल्या कपाटात त्याला लगेच जागा मिळाली. या कपाटातली पुस्तके मी वर्षावर्षांतसुद्धा वाचीत नाही. पण ती तिथेच असली पाहिजेत, असा माझा कटाक्ष असतो. अगदी ठेवणीतल्या जरीच्या

लुगड्यांना बायका जशा जपतात, तशी मीही त्या पुस्तकांची काळजी घेतो.

केव्हा तरी लहर आली म्हणजे- विशेषत: काव्यात्मक वृत्तीच्या माझ्या साहित्यिक मित्रांचा किंवा रसिक स्नेह्यांचा माझ्या घरी मुक्काम असताना- मी जिब्रानच्या या छोट्या कथांपैकी एखाद-दुसरी सविस्तर विवेचन करून त्यांना सांगत असे. काही काही वेळा मूळ पुस्तक काढून त्यातल्या निवडक गोष्टींचे वाचन करण्याचाही कार्यक्रम होई. विविध मनोवृत्तीच्या लोकांना या गोष्टी सारख्याच आवडतात, असा मला वारंवार अनुभव येऊ लागला. मात्र प्रत्येकाच्या आवडीचे कारण निराळे असे. कुणाला जिब्रानची उत्तुंग कल्पकता मोहिनी घाली, कुणाला त्याच्या मार्मिक उपरोधाने गुदगुल्या होत, कुणाला त्याच्या सूचक तत्त्वज्ञानात नव्या प्रकाशाचे दर्शन होई. या अनुभवामुळे या छोट्या गोष्टी लिहिणाऱ्या लेखकाची प्रतिभा फार मोठी आहे, हे माझे मत अधिक दृढ झाले. जिब्रानच्या काही काही कथांत जीवनाच्या विविध क्षेत्रांवर विदारक प्रकाश टाकण्याची शक्ती किती आहे, याचा अनुभव १९४१ साली सोलापूरच्या साहित्य संमेलनाच्या वेळी मला अगदी अचानक आला. शाळकरी पोराच्या सुरात संमेलनाच्या अध्यक्षाने छापील भाषण वाचून दाखविण्याच्या प्रथेचा कंटाळा आला असल्यामुळे मी तिथे वाचन न करता भाषण करायचे ठरविले होते. बोलण्याच्या ओघात मराठी वाङ्मयाच्या सद्य:स्थितीचे चित्र मी रेखाटू लागलो. ते रंगविता रंगविता मला एकदम जिब्रानच्या 'महासागर' या कथेची आठवण झाली. मी भराभर बोलू लागलो :

"मेलेले मासे हळुवारपणे परत पाण्यात घालणारा हा भूतदयावादी- खांडेकरांच्या वाङ्मयाचा प्रतिनिधीच आहे हा! रत्नजडित पेटीतून चिमटीचिमटीने समुद्रात साखर टाकून त्याला मधुरता आणू पाहणारा हा आशावादी. अत्रे आणि फडके यांच्या वाङ्मयाचे हे यथार्थ चित्र नाही, असे कोण म्हणेल? स्वत:च्या सावलीची वाळूत रेखाटलेली आकृती प्रचंड लाटा पुन:पुन्हा पुसून टाकीत असताना ती गिरवीत बसण्याच्या नादात गर्क असणारा हा गूढवादी- वामनराव जोश्यांच्या वाङ्मयाशी याचे थोडे-फार साम्य आहे. नाही का? आणि अगदी एकांतात बसून आपल्या दगडी कमंडलूत समुद्राचा फेस साठवू पाहणारा हा ध्येयवादी! साने गुरुजींचे वाङ्मय वाचताना याची हटकून आठवण झाल्याशिवाय राहणार नाही.''

माझ्या भाषणात आणि लेखनात जिब्रानचा असा वारंवार उल्लेख होऊ लागला, तेव्हा अनेकांनी मला त्याच्या छोट्या गोष्टी मराठीत आणण्याविषयी आग्रह केला. एक आवडीचे काम म्हणूनच नव्हे, तर मराठीत रूढ होत चाललेल्या अनेक नवीन वाङ्मयप्रकारांप्रमाणे रूपककथेलाही उथळ वळण लागण्याचा

जो धोका मला दिसत होता, तो थोडा तरी टाळण्याचा प्रयत्न करावा, म्हणून मी जिब्रानला मराठी पोशाख चढविण्याचे ठरविले. पण जिब्रानच्या गोष्टींचा अनुवाद वाचकांना कोणत्या पद्धतीने सादर करायचा, याविषयी मात्र माझे मन द्विधा झाले. भावगीतापासून महाकाव्यापर्यंत, रूपककथेपासून कादंबरीपर्यंत किंवा व्यंगचित्रापासून तैलचित्रापर्यंत कुठल्याही सुंदर कलाकृतीचा आस्वाद रसिक मनाला मध्यस्थाच्या मल्लिनाथीवाचून घेता आला पाहिजे, असेच त्यावेळी माझे मत होते. ऊस दातांनी सोलून खाण्यात जी गोडी आहे, ती काही घटाघट त्याचा रस पिण्यात नाही. पण ऊस सोलून खायला दात बळकट असावे लागतात! आणि जगात तर अनेकांचे दात फक्त दाखवायला किंवा फार तर पावलोणी खायला उपयोगी पडतील, एवढ्याच लायकीचे असतात!

कलाकृतीच्या आस्वादाच्या बाबतीत हा वादग्रस्त प्रश्न नेहमीच उद्भवत आला आहे. पुढेही तो निर्माण होत राहील. ज्यांच्या रसिकतेचे सहज पोषण होण्यासारखी सभोवतालची सामाजिक परिस्थितीच नाही, अशा आजच्या सामान्य वाचकांची गोष्ट सोडून देऊ. पण लेखन-वाचनात तपेच्या तपे चालविलेल्या आणि प्रथितयश म्हणून लोकांकडून गौरविल्या गेलेल्या अनेक बड्या बड्या माणसांचे रसिकतेचे इंद्रिय सुद्धा अंशत: अधू असते, याचा अनुभव मी वारंवार घेत आलो आहे. महाराष्ट्रातल्या एका जाड्या कादंबरीकाराने एका प्रतिभासंपन्न कवीच्या अतिशय नाजूक कवितेची 'रटाळ' म्हणून खासगी बैठकीत केलेली संभावना मी ऐकली आहे. उलट, एका सुप्रसिद्ध कवीने सूचक आणि संयमित पद्धतीने लिहिलेल्या लघुकथांना 'सामान्य' म्हणून कसे नाक मुरडले, तेही मी पाहिले आहे. स्वतःला विद्वान समजणाऱ्या आणि लोकांकडून पंडित म्हणून पूजिल्या जाणाऱ्या दोन टीकाकारांत वारंवार 'एकच प्याला'तल्या डॉक्टर-वैद्यांप्रमाणे जी खडाजंगी होते, ती मराठी वाङ्मयात कुणाच्या परिचयाची नाही? अशा स्थितीत कलापूर्ण सूचकतेमुळे असो, तरल कल्पकतेमुळे असो अथवा अनुभूतीच्या बारकाव्यामुळे असो, सुजाण वाचकांनासुद्धा थोड्याफार गूढ वाटणाऱ्या जिब्रानच्या छोट्या कथा सर्वसामान्य वाचकांपुढे नुसत्या ठेवल्या, तर त्यांच्या मनात या गोष्टींविषयी आवड कशी उत्पन्न होईल, हा प्रश्न माझ्यापुढे उभा राहिला. ती निर्माण करायची, म्हणजे या गोष्टी त्याला पूर्णपणे समजतील, अशाच पद्धतीने सांगितल्या पाहिजेत. अशा रसग्रहणात्मक विवेचनाने रसभंग होतो, म्हणून पढीक टीकाकार हाकाटी करीत सुटतात, हे खरे! पण त्यांच्यापैकी अनेकांना यातल्या एखाद्या अवघड कथेचे मर्म विचारले, तर ते सांगण्याऐवजी वर्तमानपत्रांतल्या युद्धाच्या बातम्यांविषयीच ते बोलू लागतील! नुसत्या गोष्टी छापल्या तर त्या गूढ

आहेत म्हणून टीका होणार. त्या विवेचनासह सादर केल्या, तर रसभंग केल्याचा आरोप येणार. हे दोन मार्ग कुठेही मिळणार नाहीत. तेव्हा...

यातला कुठला मार्ग अधिक चांगला, या विचारात मी असतानाच कुसुमाग्रजांचा 'विशाखा' हा काव्यसंग्रह प्रसिद्ध झाला. या काव्यसंग्रहाच्या प्रस्तावनेत 'पाचोळा' या कवितेवर मी थोडेसे लिहिले होते. 'विशाखा' प्रसिद्ध झाल्यावर सुप्रसिद्ध कवी मायदेव यांनी आपल्या परीक्षणात या कवितेचे मी केलेले विवेचन चूक आहे, असे सांगून आपण स्वत: लावलेला तिचा अर्थ विशद केला. तो अर्थ मला न पटल्यामुळे मी खुद्द कवींनाच याबाबतीत कौल लावायचे ठरविले. कवींचा निकाल माझ्या बाजूनेच होणार, अशी माझी खात्री होती! पण...

कवींनी मला ती कविता कशी स्फुरली हे सांगितले, तेव्हा या परीक्षेत मी व मायदेव दोघेही नापास झालो आहोत, हे मला कळून चुकले. हा गमतीदार गोंधळ वाचकांच्या लक्षात यावा, म्हणून आधी ती कविता देऊन मग आमचे तिघांचे तीन अर्थ सांगतो.

आडवाटेला दूर एक माळ । तरू त्यावरती एकला विशाळ
आणि त्याच्या बिलगुनीया पदास । जीर्ण पाचोळा पडे तो उदास
उषा येवो शिंपीत जीवनासी । निशा काळोखी दडवुं द्या जगासी
सूर्य गगनांतुनि ओतुं द्या निखारा । मूक सारे हे साहतो बिचारा ।
तरूवरची हसतात त्यास पाने । हसे मुठभर ते गवतही मजेने
वाटसरु वा तुडवीत त्यास जात । परी पाचोळा दिसे नित्य शांत
आणि अंती दिन एक त्या वनांत । येइ धावत चौफेर क्षुब्धवात
दिसे पाचोळा, घेरुनी तयाते । नेइ उडवुनि त्या दूर दूर कोठे !
आणि जागा हो मोकळी तळाशी । पुन्हां पडण्या वरतून पर्णराशी!

कुसुमाग्रजांच्या अनेक कवितांत दलित-वर्गाविषयी जी गाढ सहानुभूती प्रकट झाली आहे, तिचा मनावर परिणाम झाल्यामुळे असेल किंवा मी म्हणतो, ती कल्पना या कवनात कवीला नकळत आविष्कृत झाल्यामुळे असेल, ही कविता मी पहिल्यांदा वाचली, त्यावेळी तिच्यातला 'पाचोळा' हे दलितवर्गाच्या जीवनाचे प्रतीक आहे, या जाणिवेने मी तिचा बौद्धिक आनंद उपभोगला. अर्थात या कवितेचे रसग्रहण करताना 'दलिताच्या पोटी जन्माला आलेल्या गुणी माणसालाही दलितच व्हावे लागते. आर्थिक, बौद्धिक आणि सामाजिक गुलामगिरीतून मुक्त होण्याचा एकसुद्धा मार्ग आम्ही त्यांना मोकळा ठेवलेला नसतो. पहिला पाचोळा

उडून गेला, की पुन्हा तिथे जसा पाचोळा साठतो, तसे त्यांचे जीवन आहे', असे मी लिहून गेलो.

या कवितेतली 'आडवाटेला दूर एक माळ' ही पहिली ओळ वाचताच जे चित्र माझ्या डोळ्यांपुढे उभे राहिले, ते समाजाने दूर लोटलेल्या दलितांच्या वस्तीचे होते. कवीच्या प्रतिभेची प्रकृती या चित्राला पोषक अशीच असल्यामुळे रसग्रहण करताना वाट चुकून आपण भलतीकडे जात आहो, अशी मला त्यावेळी पुसटसुद्धा शंका आली नाही. मायदेवांनी जेव्हा माझ्या विवेचनावर आक्षेप घेतला, तेव्हा कुठे मी जागा झालो.

त्यांच्या दृष्टीने ही कविता मी पुन्हा वाचून पाहिली. पण त्यांनी तिच्यावर बसविलेला अर्थ काही केल्या मला पटेना. 'पाचोळ्या'त नेहमी दिसणाऱ्या सृष्टिक्रमाचे सरळ वर्णन आहे, असा त्यांच्या म्हणण्याचा आशय होता. हिवाळ्यात पिकलेली पाने झाडावरून गळून पडायची, उन्हाळ्यात झाडांवर नवी पालवी यायची, हळूहळू तिचे पानांत रूपांतर व्हायचे. पावसाळ्याअखेर वादळी वाऱ्याने खाली पडलेला पाचोळा दूर उडून जायचा आणि पुन्हा पुढच्या हिवाळ्यात वरची पाने पिकून खाली गळून पडायची, हे निसर्गाचे रहाटगाडगे कुणाला माहीत नाही? पण केवळ त्याचे चित्र रेखाटण्याकरता कवीने ही कविता लिहिली असावी, असे मला मुळीच वाटेना. सृष्टिसौंदर्याने मोहित होऊन 'अरुण', 'संध्यातारक', 'श्रावणमास' इत्यादी कविता बालकवींनी लिहिल्या असल्या, तरी सौंदर्याची विलक्षण मोहिनी हीच तिथे कवीची प्रेरकशक्ती आहे. 'पाचोळा' ही कविता वाचून जी उदासीनपणाची छाया मनावर पसरते, तिचा सौंदर्याच्या साक्षात्काराशी मुळीच संबंध नाही. म्हणून कविमनाला शल्याप्रमाणे बोचणाऱ्या जीवनातल्या कुठल्या तरी दृश्याचे ते आलंकारिक चित्रण असले पाहिजे, असा माझ्या विचारसरणीचा रोख होता.

आचाऱ्यांच्या गर्दीत जसा स्वयंपाक बिघडतो, तसा टीकाकारांच्या कोलाहलात काव्यरस बेचव होण्याचा संभव असतो. म्हणून मी माझी शंका खुद्द कवीपुढेच मांडली. मी कवितेचा केलेला अर्थ अयोग्य वाटत नाही, असे ते म्हणाले; पण कविता लिहिण्याच्या वेळी त्यांच्या मनात जी कल्पना घोळत होती, ती मात्र सर्वस्वी निराळी होती, असे त्यांनी सांगितले. त्यांच्या मूळ कल्पनेतला वृक्ष म्हणजे संसार! जुनी पिढी हा या वृक्षाच्या खाली पडलेला पाचोळा. पाचोळ्याला हसणारी झाडावरची पाने म्हणजे तरुण पिढी. आता कवितेतला चौफेर धावत येणारा क्षुब्ध वारा कोण, हे सांगायलाच हवे का? त्याचे नाव मृत्यू. तो वारा झाडाखालचा पाचोळा भराभर उडवून नेतो. पण खालची रिकामी झालेली जागा

वरून गळून पडणाऱ्या पानांनी पुन्हा भरून निघते.

कुसुमाग्रजांच्या या स्पष्टीकरणाचा फायदा घेऊन ललितवाङ्मयाच्या निर्मितीविषयी विद्वान टीकाकार पुष्कळ काथ्याकूट करू शकतील. त्या क्षेत्रात शिरण्याचा माझा अधिकार नसल्यामुळे या कवितेपासून मी फक्त एक धडा शिकलो. तो म्हणजे, उत्कृष्ट ललितवाङ्मयातली सूचकता कलेच्या दृष्टीने सौंदर्यपोषक असली, तरी ती दुर्बोध होऊ शकते. अशा वाङ्मयाचे रसग्रहण करणाऱ्या विवेचनामुळे मूळ सौंदर्याच्या नाजूकपणाला थोडा धक्का पोचण्याचा संभव असला, तरी ते करणे आवश्यक आहे. अंधूक सौंदर्यदर्शनापेक्षा सुबोध रसग्रहणानेच सामान्य वाचक त्या कलाकृतीचा उत्कृष्ट उपभोग घेऊ शकेल. पूर्वी 'विहंगम' मासिकात काकासाहेब कालेलकरांनी जिब्रानच्या काही छोट्या गोष्टी अनुवादित केल्या होत्या. त्यांना काकासाहेबांच्या विवेचनाची जोड असती, तर छोटे चुटके म्हणून त्यांच्याकडे सामान्य वाचकांचे दुर्लक्ष झाले नसते.

'मौज'मध्ये जिब्रानच्या काही कथा मी क्रमशः देऊ लागल्यानंतर अशा प्रकारच्या गोष्टींना 'रूपककथा' हा शब्द योग्य आहे की नाही, याविषयी चर्चा सुरू झाली. हा शब्द मी स्वतःच बनविला आहे की, दुसऱ्या कुणाकडून तो उसना घेऊन मी तो रूढ केला आहे, हे माझे मलाच नक्की सांगता येत नाही. पण गेली आठ-दहा वर्षे तरी मी तो वापरत आलो आहे. अशा प्रकारच्या कथा लिहिणारे, त्या छापणारे व प्रसंगानुसार त्यांचे विवेचन करणारे सर्व लोक याच शब्दाचा सर्रास उपयोग करीत आल्यामुळे त्याच्या चेहऱ्यामोहऱ्यात काही विशेष वैगुण्य आहे, याची मला कधी कल्पनाच आली नाही. पण दीड-दोन महिन्यांपूर्वी एके दिवशी माझे याबाबतीतले अज्ञान पाहून मी चकित झालो! रूपक हा एक अलंकार आहे, ज्याला इंग्रजीत मेटॅफर (Metaphor) म्हणतात. ज्यात रूपक अलंकार असेल, त्याच कथांना रूपककथा म्हणणे योग्य होईल. दृष्टान्त- प्रतीक- अन्योक्ती- अप्रस्तुतप्रशंसा यापैकी एखादा किंवा यांच्यापेक्षाही अवघड असा दुसरा एखादा शास्त्रोक्त शब्द सापडला, तर तो रूपककथेऐवजी रूढ करणे आवश्यक आहे, याबाबतीत अमुक पंडित असे म्हणतात, फलाण्या विद्वानांचे मत तसे आहे, वगैरे अनेक गोष्टी चर्चेच्या रूपाने एकदम चव्हाट्यावर आल्या.

ही सर्व चर्चा वाचून गतवर्षी हैद्राबादला मोठ्या विजयी मुद्रेने माझी एक चूक माझ्या पदरात घालू पाहणाऱ्या एका मुलीची मला आठवण झाली. 'सायंकाल'मधला 'अशोकाची फुले' हा लघुनिबंध तिने वाचला होता. त्यात अशोकाच्या फुलांच्या तांबड्या रंगाचे वर्णन मी केले आहे.

त्या मुलीने मला प्रश्न विचारला,

"अशोकाच्या फुलांचा रंग कसा असतो?"

मी चटकन उत्तर दिले,

"तांबडा."

ती उद्गारली,

"छे!'

मी हसत म्हणालो,

"मी अशोकाची फुले पाहिली आहेत!"

ती उत्तरली,

"मीही पाहिली आहेत!"

या वादाचा निकाल लावण्याकरता कुणीतरी अशोकाचे झाड मला दाखविले. तिच्या आक्षेपाचे कारण लगेच माझ्या लक्षात आले. त्या झाडावर पिवळसर फुले दिसत होती. तिची टीका यथार्थ होती, यात शंकाच नाही.

पण या सर्व प्रकरणात माझी तरी काय चूक होती? हैदराबादेत ज्या झाडाला अशोक म्हणतात, त्याच्याहून कोकणातला अशोक सर्वस्वी भिन्न आहे.

रूपककथा या नावाच्या बाबतीत असाच थोडा घोटाळा होत आहे. इसापापासून जिब्रानपर्यंत भिन्नभिन्न काळांतल्या आणि निरनिराळ्या पेशांतल्या प्रतिभावंतांनी कथेचा हा चिमुकला, पण चटकदार प्रकार लोकप्रिय केला आहे. त्या सर्वांच्या कथांना अनुरूप होऊ शकेल, असे नाव मला हवे होते. केवळ अलंकारावरूनच कथाप्रकारांची नावे निश्चित करायची असती तर रूपककथा, उपमाकथा, उत्प्रेक्षाकथा वगैरे पन्नास नावे काव्याच्या जातीप्रमाणे कथांच्या शीर्षकांवर घालून उथळ पांडित्य मला प्रगट करता आले असते. रूपककथा ही अनेकदा अन्योक्तीसारखी असते किंवा भासते, हे काही खोटे नाही. नऊ-दहा वर्षांपूर्वी 'दवबिंदु' या कथासंग्रहाच्या प्रस्तावनेत मी तिच्याविषयी तसा स्पष्ट उल्लेखही केला होता. पण अन्योक्तिकथा, प्रतीककथा वगैरे अनेक नावे माझ्या डोळ्यांपुढे तरळत असूनही शेवटी मी 'रूपककथा' हे नाव निश्चित केले, ते एका विशिष्ट कारणामुळे. बंगालीमध्ये परीकथांना (fairy tales) रूपककथा म्हणतात, हे त्यावेळी मला ठाऊक नव्हते. पण कादंबरी, लघुकथा, लघुनिबंध वगैरे विविध वाङ्मयप्रकारांची नावे विशेष अर्थवाहक नसूनसुद्धा रूढीमुळेच आपल्या अंगवळणी पडली आहेत, अशा कुठल्याही शब्दांत अव्याप्ती किंवा अतिव्याप्ती हा दोष उत्पन्न होणारच, इत्यादी गोष्टी मला त्यावेळीही जाणवत होत्या. 'चकोर व चातक' ही माझी पहिली रूपककथा लिहिताना मी जरी इसापापासून स्फूर्ती घेतली नसली, तरी ती

त्याच्याच वळणाची गोष्ट आहे, हे ती लिहिता लिहिता माझ्या लक्षात आल्यावाचून राहिले नाही. या प्रकारच्या कथेचे विषय काळाबरोबर बदलत गेले, तिचा टीकात्मक दृष्टिकोन अधिक अधिक व्यापक, सामाजिक व सर्वस्पर्शी होत राहिला, रवींद्रांसारख्या एखाद्या प्रतिभासंपन्न कवीला अशा कथेला प्रसंगी काव्यमय स्वरूप देता आले, तरी अशा छोट्या गोष्टींची आत्मशक्ती कधीही बदलणार नाही, हेही याच वेळी मला कळून चुकले. त्या शक्तीचे स्वरूप जाणण्याचा मी प्रयत्न करू लागलो. काळ, विषय, मांडणी इत्यादिकांच्या दृष्टींनी अत्यंत भिन्न असलेल्या अशा अनेक कथांची तुलना करता करता एक गोष्ट तीव्रतेने मला जाणवू लागली. या प्रकारच्या कथांचे सामर्थ्य सूचकतेने, पण अचूक रीतीने केलेल्या सत्यदर्शनात आहे. जग अष्टौप्रहर तोंडावर मुखवटे घालून आपले व्यवहार पार पाडीत असते. व्यक्ती आणि समाज यांची बाह्य रूपे स्वार्थलंपटतेमुळे बहुधा फसवी ठरतात. या सर्वांचे सत्यस्वरूप कळावे, म्हणून त्यांच्या तोंडावरचे मुखवटे दूर करण्याचा रूपककथा कसोशीने आणि कौशल्याने प्रयत्न करीत असते.

हे काम उघड उघड करण्यात कला नाही. म्हणून राक्षसांना फसविण्याकरता विष्णूने जसे मोहिनीरूप घेतले, तशी रूपककथाही आपले मूळचे रूप बदलते. जगातल्या दंभाचे आणि स्वार्थाचे अगणित मुखवटे हलक्या हाताने दूर करण्याकरता तिलाही आपल्या तोंडावर एक सुंदर मुखवटा चढवावा लागतो. अर्थात तिचे स्वरूप नेहमीच दुहेरी असते.

या विचारांनी प्रेरित होऊन मी 'रूपकथा' या नावाची निवड केली. पण ते कानाला फारसे गोड लागेना. इतक्यात मला कोकणातल्या देवळात वापरल्या जाणाऱ्या एका शब्दाची आठवण झाली. तो शब्द म्हणजे 'रुपडे.' तिथल्या देवळात अंगात येणाऱ्या वाऱ्यांचे स्तोम पुष्कळच असते. हे वारे निरनिराळे असतात. प्रत्येक वाऱ्याचा एक देव असतो. त्या देवाची मूर्ती म्हणजे एक दांडा व त्या दांड्याच्या वर लावलेला पितळी मुखवटा. अशा मुखवट्याला तिकडे रुपडे म्हणण्याचा प्रघात आहे. 'रुपडे'मधला सर्व अर्थ- त्यातून प्रगट होणारी छोटेपणाची छटासुद्धा- रूपक या शब्दातून स्पष्ट होईल, असे मला वाटले आणि मी 'रूपककथा' हा शब्द वापरू लागलो.

या कथांच्या अनुवादपद्धतीविषयीही थोडासा खुलासा करणे इष्ट होईल. जिब्रानने 'मॅडमन' या पुस्तकाच्या नावाखाली Parables And Poems असे स्पष्टीकरण केले आहे. रूपककथा व गद्यकाव्य यांच्या सीमा एकमेकांना अगदी बिलगलेल्या असल्यामुळे त्याच्या ज्या लिखाणाला कथा म्हणता येणार नाही,

असे मला वाटले, त्याचा मी या अनुवादात अंतर्भाव केलेला नाही. ज्यांना मी कथा म्हणून संबोधित आहे, त्यातसुद्धा ज्यांचा कल गद्यकाव्याकडे अधिक झुकला आहे, अशा एक-दोन गोष्टी आहेतच. अनुवाद करताना मी फारसे स्वातंत्र्य घेतले नसले, तरी कथेचा मार्ग गूढ राहू नये म्हणून काही ठिकाणी मी जाणूनबुजून फरक केले आहेत. Sparrow म्हणजे चिमणी हे मी इंग्रजी पहिलीतच पाठ केले होते. पण तो अर्थ धरून 'दोन पिंजरे' या कथेने माझे समाधान होईना. म्हणून मी चिमणीचे रूपांतर मैनेत केले आहे. हा जादूचा प्रयोग कदाचित मूर्खपणाचाही असू शकेल! जिब्रानसारख्या प्रतिभासंपन्न तत्त्वज्ञाच्या रूपककथेत इंद्रधनुष्याप्रमाणे एकाच वेळी अनेक रंगांचे संमेलन झालेले असते. त्यातल्या एकाच रंगाने आकृष्ट होऊन मी केलेले प्रत्येक कथेचे विवेचन प्रसंगी एकांगी वाटले, किंबहुना चुकीचे ठरले, तर त्यात नवल नाही. या कथांविषयी वाचकांच्या मनात आवड उत्पन्न झाली, की माझ्या विवेचनाचे कार्य संपले.

जिब्रान व रवींद्र हे दोघेही महाकवी होते. दोघांनीही रूपककथा लिहिल्या आहेत. पण जिब्रानच्या मानाने रवींद्रांच्या कथा फार सुबोध आहेत. त्यात वर्णन केलेल्या अनुभूतींशी वाचकाच्या कल्पनेला सहज समरस होता येते. त्यांची मांडणीही नेहमीच्या कथांप्रमाणे सरळ असते. त्यात मानवी स्वभावाच्या ज्या वैगुण्यावर प्रकाश टाकलेला असतो, तेही सामान्य माणसाच्या सद्सद्विवेकबुद्धीला केव्हा ना केव्हा तरी चाटून गेलेले असते. उदाहरणार्थ, 'सुप्रिया' ही रवींद्रांची गोष्ट पाहावी. वैभव, शौर्य आणि धर्मनियमांचे पालन ही सेवावृत्तींपुढे फिकी आहेत, जगातले दुःख नाहीसे करण्याची शक्ती हिऱ्यामोत्यात नाही, भालेतलवारीत नाही आणि जपतपातही नाही; ती दुसऱ्याचे दुःख पाहून द्रवणाऱ्या आणि अहंकार सोडून त्याच्या सेवेसाठी सज्ज होणाऱ्या मनुष्याच्या चिमुकल्या हृदयात आहे, हे खालील छोटी गोष्ट वाचताच प्रत्येकाला सहज पटते की नाही, हे पाहण्याजोगे आहे. या गोष्टीतली रत्नाकर, जयसेन व धर्मपाल ही नावेसुद्धा जितकी सूचक, तितकीच सुबोध आहेत.

दुष्काळाने कहर मांडला होता. बुद्धदेवांनी आपल्या सर्व मोठमोठ्या अनुयायांना बोलावून आणून प्रश्न केला,
"भुकेनं व्याकूळ झालेल्या माणसांना अन्न द्यायचं काम अंगावर घ्यायला तुमच्यापैकी कोण सिद्ध आहे?"
रत्नाकराने- नवकोट नारायण होता तो- निमूटपणे मान खाली घातली. क्षणभर थांबून तो म्हणाला,

"लाखो उपाशी जीवांना पोसायचं सामर्थ्य मला नाही, महाराज! माझी सारी संपत्ती... छे! या कार्याच्या मानानं कवडीमोल आहे ती!"

सेनापती जयसेन उद्गारला,

"मी मोठ्या आनंदानं माझं रक्त सांडायला तयार आहे. पण... पण... आज माझ्याच घरात पुरेसं अन्न नाही!"

धर्मपाल उठला. क्षितिजापर्यंत पसरलेल्या शेकडो मोठमोठ्या क्षेत्रांचा धनी होता तो! तो सुस्कारा सोडून म्हणाला,

"अवर्षणानं माझी सारी शेतं वाळून गेली. सरकार-सारा कसा भरायचा, या काळजीत आहे मी, भगवन."

हळूहळू सुप्रिया उभी राहिली. ती एका दरिद्री भिक्षुकाची मुलगी होती. सर्वांना अभिवादन करून नम्रपणाने ती म्हणाली,

"मी साऱ्या भुकेल्या माणसांना अन्न देईन!"

सर्वांना आश्चर्याचा धक्का बसला!

ते एकदम ओरडले,

"तू? छे! अशक्य...! अगदी अशक्य!"

सुप्रिया म्हणाली,

"मी तुम्हा सर्वांपेक्षा गरीब आहे. पण दारिद्र्य ही माझी शक्ती आहे. तुमच्यापैकी प्रत्येकाच्या घरात माझी तिजोरी आहे. तुमच्यापैकी प्रत्येकाच्या घरात माझी धान्याची कोठी आहे!"

जिब्रानच्या गोष्टी इतक्या सोप्या नाहीत. काव्य, टीका व तत्त्वज्ञान या तिन्हींचा संगम साधून तो कथेच्या रूपाने अतिशय अचूक रीतीने व्यक्त करणे त्याच्या प्रतिभेला आवडते. पहाटेच्या दाट धुक्यामुळे आपल्याभोवती समुद्राला लाजविणारे सौंदर्य निर्माण होते. पण त्याच धुक्यामुळे हाताच्या अंतरावर असलेल्या वस्तूसुद्धा अंधूक अंधूक दिसू लागतात. जिब्रानच्या अनेक कथा अशाच आहेत. 'दानशूर', 'दोन पंडित', 'दोन संन्यासी' इत्यादी गोष्टींत मानवी स्वभावाची जी वैगुण्ये जिब्रानने दिग्दर्शित केली आहेत, ती दैनंदिन व्यवहारात पुन:पुन्हा दिसत असल्यामुळे या कथांची वेधकता आपल्याला चटकन जाणवते. पण 'दोन पिंजरे', 'दोन पिढ्या', 'कबरस्थानातला नोकर' इत्यादी कथांत लेखकाला ज्या अनुभूतीची प्रचिती रसिकाला घडवायची आहे, ती सूक्ष्म व गूढ असल्यामुळे आणि तिचा आविष्कार अत्यंत संयमाने केला गेल्यामुळे, वाचक थोडासा गोंधळात पडल्यावाचून राहत नाही. पण याबद्दल जिब्रानला जबाबदार धरणे अन्यायाचे

होईल. सतारीच्या गतीतले तरल सौंदर्य जाणवून डोलू लागायला श्रोताही वादकाइतकाच रसिक असावा लागतो. काही काही श्रोत्यांना वादकाची नाजूक कला कळत नाही, म्हणून सतार बाजाच्या पेटीप्रमाणे वाजविली जावी, असे काही कुणी प्रतिपादन करणार नाही.

'कोल्हा', 'शहाणा कुत्रा', 'तीन मुंग्या' इत्यादी रूपककथांवरून जिब्रान हा इसापच्या पद्धतीने रूपककथा लिहितो, असा एक समज निर्माण होण्याचा संभव आहे; पशुपक्ष्यांचा पेहराव चढवून मानवी जीवनातील विसंगती प्रगट करण्याचे कसब इसापाप्रमाणे त्यालाही साधले आहे. पण हे चातुर्य सामान्यतः कुठल्याही चांगल्या रूपककथाकाराच्या अंगी असतेच असते. जीवनविषयक विशाल दृष्टिकोन हा जिब्रानच्या प्रतिभेचा असामान्य विशेष आहे. त्याच्या कथांतून सद्बोध सूचित होत असेल, जीवनातली वैगुण्येही त्यात नाजूकपणाने प्रतिबिंबित होत असतील; पण या गुणांमुळे काही त्यांच्यातली अवीट गोडी निर्माण झालेली नाही. उत्तुंग शिखरावरून वेगाने उड्डाण करणाऱ्या गरुडाने पर्वतपठारावरून आपल्या बिळाकडे सळसळत सुटलेल्या सर्पाला डोळ्याचे पाते लवते न लवते तोच पकडावे, तशी त्याच्या रूपककथेची झेप वाटते. व्यक्तिजीवन आणि सामाजिक जीवन यातल्या अत्यंत सूक्ष्म अशा विसंवादावर तो सहजासहजी विदारक प्रकाश टाकतो! मानवाची आत्मपूजा आणि आत्मवंचना, मुत्सद्यांचे मुखवटे, पंडितांचे पोकळ पांडित्य, धार्मिकांचे तकलुपी पावित्र्य, हे सारे त्याच्या टीकेचे विषय होऊ शकतात. आजचे जग आणि आजचा मनुष्य या दोघांचेही अंतरंग कुजले आहे, हे क्ष-किरणांपेक्षाही भेदक अशा आपल्या दृष्टीने जिब्रान पाहू शकतो. त्या अंतरंगाची घाण लपविण्याकरिता मनुष्य आणि समाज आपापल्या अंगांना तऱ्हातऱ्हांची अत्तरे फासून त्यांचा घमघमाट सर्वत्र पसरविण्याचा आटापिटा करीत आहेत, हेही तो जाणतो. पण ही अंतरंगातली घाण लवेंडराची पिंपे ओतून किंवा अत्तराचे फाये उधळून कमी होणार नाही, हे त्याला पक्के ठाऊक आहे. व्यक्ती आणि समाज यांना नव्या जीवनमूल्यांचा साक्षात्कार झाला, तरच यापुढे मानवता सुखी होण्याचा संभव आहे, हे ओळखून तो कथारूपाने त्यांना त्या मूल्यांचे दर्शन घडवितो.

सर्व मोठ्या लेखकांचे जीवितकार्य हेच असते, हे खरे! पण अनेक लेखकांमध्ये प्रतिभेचा एखादाच विशेष प्रभावी होत जातो आणि त्यामुळे त्यांचे साहित्य अत्यंत आकर्षक वाटले, तरी जीवनमूल्यांचे टीकाकार आणि मानवधर्माचे द्रष्टे या दृष्टीने त्यांच्याकडे पाहणाऱ्या सर्वसामान्य मनुष्याचे ते समाधान करू शकत नाहीत. याच कारणामुळे उत्तुंग कल्पकतेचे कवी जगाच्या दृष्टीने स्वप्नाळू ठरतात, उत्कृष्ट उपरोध साधणारे पंडित सामान्य मनुष्याला श्रद्धाहीन वाटतात आणि मोठमोठे

तत्त्वज्ञ- मनुष्यासाठी तत्त्वज्ञान आहे, तत्त्वज्ञानासाठी मनुष्य नाही, हे विसरून जीवनाकडे पाठ फिरवून हवेत मनोरे उभारीत असलेले दिसतात. जिब्रानमध्ये या तिन्ही असामान्य गुणांचा समन्वय झाला असल्यामुळे एकाचवेळी तो कवी, टीकाकार आणि तत्त्वज्ञ या भिन्न भूमिकांचा संमिश्र व सरस असा आविष्कार करू शकतो. अशा गोड आणि गंभीर मित्राचा सहवास सदैव लाभावा, असे कुणाला वाटणार नाही?

निदान मी तरी माझ्या लेखनाच्या खोलीतल्या कपाटात जिब्रानच्या इतर पुस्तकांकरता जागा राखून ठेवली आहे.

दुसऱ्या आवृत्तीत कवितेचा गद्य अनुवाद दिला आहे.

पुणे
२९.९.४४

वि. स. खांडेकर

भाग पहिला

कथा

दोन मने

माझ्याच गावातली गोष्ट!

त्या घरात माणसं सारी ईन मीन दोन होती! एक आई आणि दुसरी तिची मुलगी!

मात्र या दोघींनाही एक विचित्र सवय होती. अपरात्री दोघीही झोपेत चालू लागायच्या- अगदी लांब लांब जायच्या! त्यांना ना थंडगार वाऱ्याची शुद्ध, ना काळोखाचं भय!

एके दिवशी रात्री असंच झालं.

शांततेच्या कुशीत सारं जग गुडूप झोपी गेलं होतं. पण या दोघी झोपेतच चालू लागल्या.

धुक्यानं भरलेल्या एका बागेत त्यांची गाठ पडली.

दोघीही अगदी जवळ आल्या.

लगेच आई मुलीकडे पाहत आणि दातओठ खात ओरडली, "सापडलीस की नाही शेवटी? राक्षसीण कुठली! मागच्या जन्मीची वैरीण आहेस तू माझी! तू... तू... माझ्या तारुण्याचा नाश केलास. माझ्या सौंदर्याचा सत्यानाश तू केलास. माझ्या आयुष्याचं मंदिर मोडून, पाडून अगदी धुळीला मिळवून तिथं तू आपल्या आयुष्याची बाग फुलविलीस. असं वाटतं... दोन्ही हातांनी तुझा गळा घट्ट दाबावा नि..."

मुलगी रागारागाने आईकडे पाहत तीव्र स्वराने उद्गारली, "आप्पलपोटी म्हातारडी कुठली! तुझं तोंडसुद्धा पाहू नये, असं

वाटतं मला! तू... तू... माझ्या आत्म्याच्या स्वातंत्र्याचा नाश केलास. माझ्या विकासाच्या आड तू आलीस. माझं आयुष्य तुझ्या दुबळ्या, भिकारड्या जीवनाचा नुसता प्रतिध्वनी आहे तो! कुणाला असलं जिणं आवडेल? जा, थेरडे, मर जा!''

अगदी याच क्षणी पहिला कोंबडा आरवला.

मायलेकी एकदम जाग्या झाल्या.

आईने बाहू पसरून मृदु स्वराने विचारले,

''पोरी, तूच का ती?''

आईच्या मिठीत स्वतःला गुरफटून घेत मुलीने मृदु स्वराने उत्तर दिले,

''होय, आई, मीच ती... तुझी लाडकी लेक.''

■

या रूपककथेचे मूळ नाव 'Sleep-Walkers' (झोपेत चालणाऱ्या मायलेकी) असे आहे. पण तिच्यात सूचित केलेले कठोर सत्य 'दोन मने' या नावानेच अधिक व्यक्त होते, असे मला वाटते. कल्पनेची चमत्कृती, टीकेची मर्मभेदकता, जीवनविषयक कटू सत्य सूचक रीतीने सांगण्याची कुशलता आणि या सर्व गुणांचा समन्वय प्रभावी रीतीने करणारी प्रतिभेची विशालता हे रूपककथेला आवश्यक असलेले सर्व गुण या चिमुकल्या गोष्टीत आढळतात. मात्र या दुर्मीळ संगमामुळेच अनेकांना ही कथा गूढ, किंबहुना दुर्बोध वाटते. पण तिची गूढता हा नुसता आभास आहे. समुद्राच्या पृष्ठभागावर सुंदर फेस तेवढा आढळतो; मोत्ये काही तरंगत नाहीत. ती हस्तगत करायला पाणबुड्यांना समुद्राचा तळच गाठावा लागतो. जीवनविषयक सूक्ष्म सौंदर्ये आणि सत्ये यांच्या बाबतीतही हेच लक्षात ठेवले पाहिजे.

मानवी जीवितातले एक गूढ, विचित्र सत्य जिब्रानने या कथेत सूर्यप्रकाशाइतके स्पष्ट करून दाखविले आहे. आईची मुलीवरली नैसर्गिक माया किंवा मुलीचे आईवरील स्वाभाविक प्रेम यांच्या उत्कटत्वाविषयी जगात कुणीतरी शंका घेईल का? आई ही स्वर्गाहून श्रेष्ठ आहे, माता ही जन्मभूमीइतकीच पूज्य आहे, असे जे मोठमोठे कवी म्हणतात, ते काय केवळ कल्पनेची चमत्कृती साधण्याकरिता की आलंकारिक भाषेचा

मोह त्यांना आवरता येत नाही, म्हणून?

पण बहुतेक कवी नेहमी अर्धसत्येच सांगतात. मानवी मनाची एकच बाजू पाहण्याची त्यांना सवय होत जाते. मनुष्याचे मन मोठे विचित्र आहे. सौंदर्यलोलुप आणि भावनावश कवींच्या हातात ते कधीच पुरे सापडत नाही! पृथ्वीचा अर्धा भाग सूर्यप्रकाशात न्हावून निघत असताना तिच्या दुसऱ्या अर्ध्या भागात अंधार भरलेला असतोच की नाही? मनुष्यही तसाच आहे. जागेपणी किंवा समाजात वावरत असताना तो ज्या भावना प्रदर्शित करतो, त्याच झोपेत किंवा एकांतात त्याच्या मनात वावरत असतात, असे मुळीच नाही. जागेपणी किंवा चारचौघांत मनुष्य नकळत सामाजिक होतो- त्याला व्हावेच लागते. त्यावेळी निसर्गापेक्षा संस्कारांचा पगडा त्याच्यावर अधिक असतो. तो समाजाला आवडणाऱ्या मनुष्याची भूमिका यशस्वी रीतीने करण्याचा प्रयत्न करीत असतो. पण झोपेत किंवा एकांतात त्याची ही सामाजिक जाणीव नाहीशी होते, त्याच्यातला निद्रित निसर्ग जागृत होतो आणि मग?

मग त्या क्षणी मायलेकी सुद्धा वैरिणीसारख्या वागतात. आईचे सारे वात्सल्य पूर्णपणे लोप पावते. आपला जीवनरस शोषून घेऊन जन्माला आलेल्या मुलीने आपले यौवन नाहीसे केले, या गोष्टीचीच तिला तीव्र जाणीव होते. तिच्या आंधळ्या अहंनिष्ठतेला मातृपदाचे मोठेपण मुळीच दिसत नाही.

आईप्रमाणे मुलीचेही अगदी खोल खोल लपवून ठेवलेले मन अशा क्षणी उसळून बाहेर येते. स्वत:चा जीव धोक्यात घालून आपल्याला जन्म देणाऱ्या मातेची माया तीही विसरून जाते. तिचा दुखावलेला मीपणा क्रुद्ध नागाप्रमाणे फणा वर करून उभा राहतो. आनुवंशिकतेच्या चिवट दोरखंडांनी आपण जखडले गेलो आहो, या गोष्टीचीच तीव्र जाणीव तिला होते.

बाप आणि मुलगा किंवा आई आणि मुलगी यांचे उत्कट प्रेम आणि तीव्र कलह अनेक प्रतिभावंत कलावंतांनी आतापर्यंत चित्रित केले आहेत. वडील पिढी व तरुण पिढी यांच्यातला विरोध, वात्सल्य आणि प्रेम यांना न जुमानता वर उसळून येणारा विरोध हा ललितलेखकांचा नेहमीचा आवडता विषय आहे, यात शंका नाही. पण तो रंगविताना

काळामुळे घडलेली स्थित्यंतरे, दोन पिढ्यांच्या राजकीय आणि सामाजिक कल्पनात पडलेले अंतर किंवा जीवनमूल्यांच्या बाबतीत उद्‌भवलेला मतभेद यांचा जिब्रानने आधार घेतलेला नाही. मानवी मनातच जे द्वंद्व आहे... केवळ स्वत:करता अगदी स्वच्छंद रीतीने जगण्याची उत्कट वैयक्तिक इच्छा आणि दुसऱ्याकरता जगावे लागल्यामुळे निर्माण झालेले प्रभावी सामाजिक संस्कार यांच्यात जो अव्याहत झगडा सुरू आहे, त्याचे चित्र अतिशय नाजूकपणाने त्याने रेखाटलेले आहे. जुनी पिढी नव्या पिढीवर ताबा गाजवू इच्छिते, याचे कारण काही केवळ तिची वडीलकी हेच नसते. आपल्या आयुष्यातल्या कितीतरी उन्मादकारक सुखांचा पुढच्या पिढीसाठी तिला त्याग करावा लागलेला असतो. नवी पिढी जुन्या पिढीविषयी मनात एक प्रकारची तिरस्काराची भावना बाळगते, याचे कारण तिला जगाचा अनुभव नसतो, एवढेच नाही. रूप, गुण, स्वभाव, महत्त्वाकांक्षा इत्यादिकांच्या बाबतीत आनुवंशिकतेने ज्या शृंखला तिच्या पायात घातलेल्या असतात, त्यांचा जाच तिला असह्य होतो.

जगात वात्सल्यरससुद्धा निर्भेळ नाही. आईबापांच्या सुखाची राख मिळाल्याशिवाय मुलांच्या जीवनलतिका फुलत नाहीत. बरे, त्या मुलांचा जीवनाचा आनंद तरी पूर्ण आहे? छे! त्यांचे स्वातंत्र्य आनुवंशिकतेच्या शृंखलांनी आधीच मर्यादित केलेले असते.

मात्र हे विचित्र सत्य स्पष्टपणे सांगणारा लेखक निराशावादी नाही. मनुष्य दुष्ट नाही, पण तो दुहेरी आहे- जेवढा सामाजिक आहे, तेवढाच वैयक्तिक आहे- हे केव्हाही विसरू नका, एवढेच त्याला सुचवायचे आहे. सामाजिक संस्कारांनी मनुष्य कितीही सुधारला, त्याला बाहेरून अगदी देवकळा आली, तरी त्याच्या अंतरंगातला निसर्ग कधीही नाहीसा होत नाही, ही या कथेची शिकवण 'नवे जग' निर्माण करणाऱ्या सर्व ध्येयवाद्यांनी नेहमीच लक्षात ठेवायला हवी.

■

कोल्हा

सूर्य नुकताच उगवला होता.
कोल्ह्याने आपल्या सावलीकडे पाहिले आणि तो स्वतःशीच
उद्गारला, 'आज उंटाशिवाय काही आपली भूक भागायची
नाही बुवा!'
सारी सकाळ स्वारी उंट शोधीत फिरत होती!
दुपार झाली.
कोल्ह्याने आपल्या सावलीकडे पुन्हा पाहिले...
आणि तो स्वतःशीच पुटपुटला,
'उंदीरसुद्धा चालेल म्हणा मला!'

■

चांगल्या रूपककथेत मार्मिकतेबरोबरच मर्मभेदकताही कशी असू
शकते, हे या छोट्या गोष्टीवरून सहज दिसून येईल. आयुष्याच्या
आरंभी आपणात काहीतरी अलौकिकत्व आहे, असे कुणाला वाटत
नाही? आत्मपरीक्षणाच्या बाबतीत मनुष्य नेहमीच आंधळा असतो.
त्यामुळे सामान्य व्यक्तीसुद्धा स्वतःविषयी नेहमी विलक्षण कल्पना
करून घेत असते! तिला वाटते, कीर्तीच्या काय, प्रीतीच्या काय किंवा
संपत्तीच्या काय, शिखरावर लीलेने विराजमान होण्याकरिताच आपला
जन्म आहे. या पर्वतांची चढण कितीही बिकट असली, तरी त्यांच्या
पायथ्याशी घुटमळणारे लोक निराळे आणि आपण निराळे!

पण सूर्य वर येऊ लागला, की पहाटे मोत्यांप्रमाणे चमकणारे दवबिंदू विरघळून जातात ना? आयुष्याच्या सत्य, पण तीव्र अनुभवाने या आत्मनिष्ठ माणसांची स्वप्नेही तशीच विरून जातात.

या गोष्टीतल्या कोल्ह्याला आपली सूर्योदयाच्या वेळची लांबलचक सावली पाहून मोठेपणाचा जो भ्रम झालेला असतो तो, तीच सावली दुपारी टीचभर झालेली पाहून नाहीसा होतो. उंटाची भूक उंदरावर भागविण्यापर्यंत त्याची मजल पोहोचते! स्वत:विषयी भलत्या कल्पना बाळगणारांचीही आयुष्यात पुढे हीच गत होते.

या गोष्टीतला कोल्हा हे सामान्य मनुष्याच्या आत्मवंचनेचे प्रतीक आहे. लहानपणी प्रत्येक पद्यकाराला आपण महाकवी होणार, असेच वाटते. पण शेवटी त्यातला एखादाच खराखुरा कवी होतो! अठराव्या वर्षी प्रत्येक मुलीच्या मनात येते, कुणीतरी फार मोठा पुरुष आपल्यासाठी वेडा होऊन आपल्याला माळ घालायला धावत येणार आहे. पण पुढे तिशीत, तीच मुलगी, मिळेल त्या पुरुषाशी लग्न करायला तयार होते! पंचविसाव्या वर्षी प्रत्येक तरुणाला भास होतो- जगात क्रांती घडवून आणण्यासारखे आपल्यापाशी काहीतरी विशेष आहे. पन्नाशीत गेल्यावर त्याला कळून चुकते, की आपण कारकुनी तेवढी फार चांगली केली.

जीवनाचा साक्षात्कार स्वप्नाळू कल्पनेने कधीच होत नाही. जीवनाचे साफल्य नुसत्या गोड आभासात नाही. ते कटू असलेल्या अनुभवातच आहे.

■

नवे सुख

काल रात्रीची गोष्ट.
एका नवीन सुखाची कल्पना मला सुचली.
त्या सुखाचा मी पहिलावहिला अनुभव घेणार, तोच दोन व्यक्ती माझ्या घराकडे वेगाने धावत येत असलेल्या दिसल्या मला!
त्यातली एक- देवदूत होता तो!
नि दुसरी? तो सैतान होता.
माझ्या दारातच त्यांची गाठ पडली. क्षणार्धात दोघांचे युद्ध सुरू झाले.
त्यांच्या भांडणाचे कारण?
माझ्या नव्या सुखाविषयीच वाद चालला होता त्यांचा!
देवदूत ओरडून म्हणत होता,
''पाप आहे, मोठ्ठं पाप आहे हे!''
सैतान तारस्वराने उत्तर देत होता,
''छे! हे पुण्य आहे. याच्यासारखं पुण्य नाही दुसरं!''

■

या चिमुकल्या गोष्टीत लेखकाने मानवी मनावर किती मजेदार रीतीने प्रकाश टाकला आहे! पाप आणि पुण्य, नीती आणि अनीती यांच्या पलीकडे जाऊन अगदी साध्या गोष्टीचासुद्धा मनुष्याला कधीतरी विचार करता येतो का?

टिळक-आगरकरांच्या वेळी पंचहौद मिशनमध्ये काही लोकांनी चहा घेतल्याबद्दल जे वादळ निर्माण झाले, ते अक्षरश: चहाच्या प्याल्यातले वादळ होते. पण त्या काळात ते कुणालाच इतके साधे नि सौम्य वाटले नाही. उलट त्या भयंकर वादळाने त्यावेळी सारे पुणे उलथेपालथे होऊन गेले, स्नेहसंबंधांचे दृढमूल वृक्ष एका क्षणात उन्मळून पडले आणि या संकटातून सहीसलामत बाहेर पडता पडता मोठमोठ्यांच्या नाकी नऊ आले. आज तो इतिहास वाचताना आपल्याला हसू येते. पण लुटुपुटुची ती लढाई त्या काळातली खरीखुरी लढाई होती.

अशा अनंत लढाया प्रत्येक पिढीच्या वाट्याला येतात. प्रत्येक व्यक्तीलाही आपल्या आयुष्यात त्या लढाव्याच लागतात. या निरर्थक कलहात मानवजातीची केवढी तरी शक्ती निष्कारण खर्च होत असते!

असे का व्हावे?

मनुष्य देवदूतही नाही आणि सैतानही नाही, तो मनुष्य आहे. असे असताना त्याचे जीवनविषयक तत्त्वज्ञान निश्चित करण्याचा अधिकार देवदूत किंवा सैतान यांच्याकडे देणे यापेक्षा अधिक मोठी चूक कुठली असू शकेल? मनुष्याच्या पाप-पुण्याची खरी कसोटी एकच आहे- मानवता! पण जुनेपुराणे संस्कार पुसण्याची ताकद नसल्यामुळे मानवप्राणी अजून जीर्ण कल्पनांना आणि जुन्या मूल्यांना चिकटून राहत आहे. सुख समोर असूनही बिचारा पदोपदी अकारण दु:खी होत आहे!

∎

ज्योतिःशास्त्रज्ञ

देवालयाच्या सावलीत आम्ही दोघांनी एक आंधळा एकटाच बसलेला पाहिला.
माझा मित्र मला म्हणाला,
"तो माणूस पाहिलास का? आपल्या देशातला अत्यंत विद्वान मनुष्य आहे तो!"
मी एकटाच पुढे झालो, त्या आंधळ्या मनुष्याजवळ गेलो आणि 'नमस्ते' म्हणून अभिवादन करून त्याच्याशी बोलू लागलो.
थोड्या वेळाने मी म्हणालो,
"विचारतो याची क्षमा करा महाराज! पण... आपल्याला अंधत्व केव्हा आलं?"
"जन्मतःच" त्यानं उत्तर दिलं.
मी प्रश्न केला,
"आपला ज्ञान संपादन करण्याचा मार्ग कोणता?"
त्यानं हसून उत्तर दिलं,
"मी ज्योतिःशास्त्रज्ञ आहे."
...आणि मग आपल्या छातीवर हात ठेवून तो म्हणाला,
"इथं भ्रमण करणाऱ्या सूर्यचंद्राचं आणि ताऱ्यांचं मी निरीक्षण करीत असतो!"

■

अंतर्मुख झाल्याशिवाय मनुष्याला पूर्ण ज्ञानी होता येणे शक्य नाही, हे मोठ्या कुशलतेने या कथेत सूचित केले गेले आहे. मानवजातीचा विकास नुसत्या बाह्य सृष्टीच्या ज्ञानाने किंवा समाजातल्या बाह्य क्रांतीने होणार नाही. त्याच्यासाठी शेवटी मनुष्याच्या अंतरंगाकडे वळले पाहिजे, हा विचार ही कथा वाचताना कुणाच्या मनात आल्यावाचून राहील?

■

युद्ध!

राजवाड्यातली रात्रीची मेजवानी मोठ्या रंगात आली होती. एकदम एक मनुष्य धावत आत आला. राजापुढे लोटांगण घातले त्याने.
पंक्तीचे बडेबडे पाहुणे त्याच्याकडे टकमक पाहू लागले.
किती भीषण दृश्य होते ते! त्या माणसाचा एक डोळा बाहेर आला होता.
त्या डोळ्याच्या खाचेतून रक्त गळत होते.
राजेसाहेबांनी विचारले,
"काय झालं रे तुला?"
तो मनुष्य आवेशाने उद्‌गारला,
"महाराज, मला न्याय द्या. मला न्याय द्या!"
राजेसाहेब त्याचे गाऱ्हाणे ऐकू लागले.
तो मनुष्य म्हणाला,
"महाराज, चोरी हा माझा धंदा आहे. आज अमावस्या. म्हणून एका सावकाराचं दुकान फोडायला मी गेलो. पण खिडकीतून आत उतरताना थोडी गफलत झाली माझी! नि चुकून पलीकडच्या कोष्ट्याच्या दुकानातच मी शिरलो. डोळ्यात बोट घातलं, तरी तिथं काही दिसत नव्हतं. महाराज, मी पुढे जाऊ लागलो नि एकदम कोष्ट्याच्या मागाचं टोक माझ्या डोळ्यात जाऊन... माझा काही गुन्हा नव्हता महाराज. मी सरळ जात

होतो, पण त्या मागानं माझा डोळा फोडला. त्या कोष्ट्याविरुद्ध माझी फिर्याद आहे महाराज. मला न्याय हवाय!''

राजाने लगेच कोष्ट्याला बोलावणे पाठविले.

कोष्टी आला.

राजाने तत्काळ निर्णय दिला,

''या कोष्ट्याचा एक डोळा उपटून काढा. म्हणजे या चोराला बरोबर न्याय मिळेल.''

कोष्टी अदबीने म्हणाला,

''महाराज, अगदी धर्मराज आहात आपण. आपला निकाल न्यायाला सर्वथैव धरून आहे, यात शंका नाही. माझा एक डोळा उपटून काढला पाहिजे, हे आपले म्हणणे अगदी कायदेशीर आहे. पण... पण... महाराज, मी कोष्टी आहे. कापड विणताना त्याच्या दोन्ही बाजू पाहायला मला दोन्ही डोळे हवेत. माझ्या शेजारी एक चांभार राहतो. त्याचे दोन्ही डोळे शाबूत आहेत नि त्याच्या धंद्याला काही दोन डोळ्यांची जरुरी आहे, असे नाही. महाराज, कृपा करा नि मला न्याय द्या.''

राजाने लगेच चांभाराला बोलावून आणले.

चांभार आला.

तो घाबरून गेला होता. त्याच्या तोंडातून शब्दच उमटेना!

राजसेवकांनी तत्काळ त्याचा एक डोळा फोडून टाकला.

राजवाड्यातली मेजवानी पुन्हा रंगात आली.

■

ही गोष्ट वाचून लेखकाचा रोख कशावर आहे, हे अनेकांच्या लक्षात पुरतेपणी येणार नाही. फार फार तर जगातल्या आंधळ्या न्यायाचे सूचक व उपरोधपूर्ण चित्र या कथेत चित्रित केले गेले आहे, असे त्यांना वाटेल. अशी दिशाभूल होऊ नये, म्हणूनच लेखकाने आपल्या कथेला मुद्दाम 'युद्ध' हा मथळा दिला आहे. या शीर्षकाच्या अनुरोधाने चोर, कोष्टी आणि चांभार या कथेतल्या तीन पात्रांकडे पाहिले पाहिजे.

जगात युद्धे होतात ती साम्राज्याच्या, व्यापाराच्या किंवा वसाहतीच्या लोभाने अथवा अशाच प्रकारच्या दुसऱ्या स्वार्थी हेतूंनी! म्हणून या कथेतला चोर सरळ राजाला सांगतो, 'चोरी करणं हा माझा धंदा आहे!' बिचारा थोडा कमी पढलेला असावा. नाही तर 'चोरी करणं हा माझा धर्म आहे' असे म्हणायलासुद्धा तो कचरला नसता. शास्त्रोक्त चौर्यकर्म करणे हा त्याचा विशेष गुण आहे. चांदणे नसेल, तेव्हाच तो चोरीसाठी बाहेर पडतो. दुबळ्या देशांवर आक्रमण करणारी मोठी मोठी राष्ट्रे तरी दुसरे काय करतात? तीही अशाच संधीची वाट पाहत असतात.

कथेतल्या या चोराला, चुकून का होईना, चांगले प्रायश्चित्त मिळते. अंधारात सावकाराऐवजी कोष्ट्याच्या दुकानात शिरल्यामुळे त्याचा डोळा फुटतो.

साधी उपदेशपर गोष्ट इथेच संपली असती. पण उपदेश हा या कथेचा उद्देशच नाही. आजच्या जगाच्या कुजलेल्या अंतरंगावर लेखकाला प्रकाश पाडायचा आहे. त्याचा चोर हा जुलमी, आक्रमक राष्ट्रांचा प्रतिनिधी आहे. चोरी करताना डोळा फुटला असूनही, तो तडक न्याय मिळविण्याकरता राजाकडे जातो. 'कोष्ट्याच्या मागानं माझा डोळा फुटला, तेव्हा त्याला शिक्षा झालीच पाहिजे!' अशी या उच्च दर्जाच्या चोराची प्रामाणिक मागणी असते. राजा लगेच कोष्ट्याला बोलावणे पाठवितो, हे वाचून कुठल्या वाचकाला हसू आल्यावाचून राहील? मात्र ते हसू ओसरल्यावर सर्व राष्ट्र परिषदेच्या अनेक बैठकांची आणि निर्णयांची त्याला आठवण झाल्यावाचून राहणार नाही.

या कथेतला कोष्टी हा मुत्सद्दी राष्ट्रांचा प्रतिनिधी आहे. चोराला न्याय मिळावा, म्हणून कोष्ट्याचा डोळा काढावा, असे म्हणणाऱ्या राजाला तो विरोध करीत नाही. त्याचा काहीच उपयोग होणार नाही, हे तो ओळखून असतो. मात्र आपला डोळा बचावण्याची युक्ती तो लगेच शोधून काढतो. आपल्या दुकानात चोरी करायला शिरलेल्या गुन्हेगाराचा फुटलेला डोळा भरून देण्याची जबाबदारी जो राजा आपल्यावर लादतो, तो आपली धूर्तपणाची विनंती मान्य करीलच करील, याविषयी त्याला खात्री असते. राजाच्या या शहाणपणाचा फायदा घ्यायचा ठरवून तो म्हणतो, 'महाराज, आपला निर्णय मला सर्वथैव मान्य आहे; पण मी कोष्टी आहे. कापड विणताना ते दोन्ही

बाजूंनी पाहावं लागतं मला! एक डोळा गेला, तर माझा धंदा बुडेल, सरकार! माझ्या शेजारच्या चांभाराची गोष्ट निराळी आहे. एका डोळ्यानंसुद्धा त्याला आपला धंदा करता येईल!'

न्यायदानाला उत्सुक असलेला राजा लगेच चांभाराला बोलावून आणतो.

बिचारा दुबळा चांभार! तो काहीच बोलू शकत नाही. लगेच त्याचा एक डोळा काढला जातो.

राष्ट्रांच्या लोभमूलक स्पर्धेतून युद्धाचा वणवा भडकतो. त्या वणव्याच्या ज्वाळांत इतरांना पुढे करून मुत्सद्दी राष्ट्रे आपली कातडी बचावतात. पण लोभाची किंवा आक्रमणाची कल्पना ज्यांच्या मनात स्वप्नातसुद्धा आली नसेल, दुसऱ्याचा बळी देऊन आपले संरक्षण करण्याची कल्पना ज्यांच्या मनाला कधी शिवलीसुद्धा नसेल, अशी भोळी आणि दुबळी, पण निष्पाप राष्ट्रे त्या वणव्यात होरपळून निघतात.

अजून जग शक्तीचे आहे, युक्तीचे आहे; ते भक्तीचे झालेले नाही. आजच्या जगात ओरडणाऱ्या चोरांना न्याय मिळतो, चोरावर मोर होणाऱ्या धूर्तांनाही तो मिळतो. फक्त न्याय मिळत नाही तो अबोलक्यांना, दुबळ्यांना, निष्पापांना!

■

गवताचे पाते

हिवाळा नुकताच सुरू झालेला होता.
झाडावरून एकामागून एक पिकलेली पाने गळून पडू लागली.
पट... पट... पट...
त्यांचा तो पट... पट... असा कर्णकटू आवाज...
तो आवाज ऐकून धरणीमातेच्या कुशीत झोपी गेलेले एक चिमणे गवताचे पाते जागे झाले. गिरक्या खात खात जमिनीवर येणाऱ्या एका पानाला ते म्हणाले,
"पडता पडता किती कटकट करतोयस तू? तुझ्या या दंग्यानं माझ्या साऱ्या गोड गोड स्वप्नांचा चुराडा झाला की!"
पानाला राग आला. ते चिडून म्हणाले,
"अरे जा! चिडखोर बिब्बा कुठला! मातीत जन्मून मातीतच लोळणाऱ्या तुझ्यासारख्या क्षुद्र गवताच्या पात्याला आमच्या या उच्च वातावरणाची कल्पना कशी येणार? हा दंगा नाही, बेटा! हे गाणं चाललंय! जन्मात कधी आ न करणाऱ्या तुझ्यासारख्या अरसिकाला ते समजायचं नाही!" हे बोलता बोलताच ते पान पृथ्वीवर पडले आणि धरणीमातेच्या कुशीत झोपी गेले.

ते पुन्हा जागे झाले, ते वसंताच्या संजीवक स्पर्शाने! त्या स्पर्शात विलक्षण जादू होती. त्या जादूने आता त्या पानाचे रूपांतर गवताच्या चिमुकल्या पात्यात झाले होते.

पुन्हा हिवाळा आला. थंडीने कुडकुडत गवताचे पाते
धरणीमातेच्या कुशीत लपू लागले- झोपू लागले. पण पुन:पुन्हा
त्याची झोपमोड होऊ लागली. जिकडे तिकडे झाडांवर पाने
सळसळत होती... पट पट असा आवाज करीत ती पृथ्वीवर
पडत होती!

ते गवताचे पाते कपाळाला आठी घालून स्वत:शीच पुटपुटले,
'काय ही हिवाळ्यातली पानं! जीव खाऊन टाकला यांनी
अगदी! केवढा हा कर्णकटू आवाज... छी छी छी! माझ्या
साऱ्या गोड गोड स्वप्नांचा चेंदामेंदा केला यांनी!'

∎

अगदी साध्यासुध्या अशा नैसर्गिक गोष्टींतून मानवी स्वभावाचे
वेडेवाकडे कोनेकोपरे दिग्दर्शित करण्याचे लेखकाचे सामर्थ्य या कथेत
सुंदर रीतीने प्रगट झाले आहे. गळून पडलेली पाने मातीत मिळून
जातात आणि पुढे त्या मातीतूनच गवताची चिमणी पाती वर डोकावून
पाहू लागतात. दोघांच्याही अंतरंगांत खेळणारा जीवनरस एकच आहे.
पण झाडावरून गळून पडणारे पान आपल्या उच्च पदाचा खोटा
अभिमान बाळगून गवताच्या पात्याला क्षुद्र लेखते आणि त्या पडणाऱ्या
पानाचा आवाज ऐकून आपली सुंदर स्वप्ने भंग पावल्याची तक्रार ते
पातेही करीत सुटते.

मानवी जीवनातले कितीतरी विचित्र विसंवाद या साध्या विरोधात
प्रतिबिंबित झाले आहेत. तरुण पिढीच्या बेजबाबदारपणाबद्दल बडबड
करणारी वडील पिढी क्षणभर तरी आपल्या स्वच्छंदी यौवनाची आठवण
करून घेऊन मग तरुणांवर तोंडसुख घेण्याची तयारी दाखविते काय?

...आणि वडील पिढीच्या बडबडीकडे कपाळाला आठी घालून
पाहणारी तरुण पिढी तरी प्रौढ झाल्यावर काय करते? तीही जुना
कित्ताच गिरवीत बसते! चित्रगुप्त जर मौजेने प्रत्येक पिढीच्या कलहांची
नोंद ठेवीत असता, तर बाह्य स्वरूप कितीही बदलले, तरी त्याच
त्याच मनोवृत्तीची पुनरावृत्ती होत असलेली पाहून त्याला खचित हसू
लोटल्यावाचून राहिले नसते.

दुसऱ्याच्या जागी स्वत:ला कल्पून त्याचे सुखदु:ख जाणण्याची

किंवा त्याच्याशी सहानुभूतीने समरस होण्याची प्रवृत्तीच मनुष्यात नाही. श्रीमंत मालक मजुरांच्या अज्ञानाबद्दल आणि चुकारतट्टूपणाबद्दल तासतास प्रवचने देईल आणि त्याच्या हाताखालचा मजूरही मालकाच्या जुलमाबद्दल व निर्दयपणाबद्दल हवा तेवढा चडफडत राहील. पण एखाद्या यक्षिणीने त्या दोघांच्या स्थानांची अदलाबदल केली, तर त्यांच्या स्वभावात काही बदल होईल का?

छे! ती आशाच नको! फरक एवढाच होईल, की पूर्वीचा मजूर आता मालकी हक्काने उत्पन्न होणाऱ्या उर्मटपणाचे प्रदर्शन करीत सुटेल आणि पूर्वीचा मालक आता या नव्या मालकाची मनसोक्त निंदा करण्यात आनंद मानून घेऊ लागेल.

■

डोळा

डोळा एकदम उद्गारला,
"अहाहा! किती सुंदर! किती रम्य!"
"काय? काय सुंदर आहे? काय रम्य आहे?" कान, नाक
आणि हात यांनी डोळ्याला मोठ्या अधीरपणे प्रश्न केला.
डोळा म्हणाला,
"तो समोरचा डोंगर... दऱ्यांच्या पलीकडे डौलानं मान उंच
करून पाहणारा तो पर्वत... निळ्या धुक्याचं वस्त्र किती खुलून
दिसतंय त्याला!"
कान अगदी एकाग्रतेने हे ऐकत होता. तो एकदम ओरडला,
"डोंगर? कुठं आहे डोंगर? मला तर त्याचा आवाज मुळीच
ऐकू येत नाही!"
हात हसून म्हणाला,
"डोंगर? हं! डोळेदादांची नवी थाप दिसतेय ही! मघापासनं मी
त्या डोंगराला मिठी मारायला पाहतोय; पण बेट्याचा साधा
स्पर्शसुद्धा झाला नाही अजून मला!"
लगेच नाक मुरडून बोलते झाले,
"छट! समोर डोंगर नाहीच मुळी! तो असता, तर त्याचा वास
आला नसता का मला?"
बिचारा डोळा काय उत्तर देणार?
त्याने आपली दृष्टी दुसरीकडे वळविली.

नाक, कान आणि हात आपापसात कुजबुजू लागले.
ते म्हणत होते,
"या डोळ्याचं काहीतरी बिघडलंय! भ्रमबीम नाही ना झाला
त्याला? नाही नाही ते दिसू लागलंय बिचाऱ्याला!"

ही रूपककथा वाचताना पोट आणि शरीराचे इतर अवयव याविषयीची
इसापची सुप्रसिद्ध गोष्ट आठवल्यावाचून राहत नाही. इसापने त्या
गोष्टीत नेहमी व्यवहारात आढळणाऱ्या मनुष्यस्वभावाच्या एका वैगुण्यावर
प्रकाश टाकला आहे. जिब्रानने सूचित केलेले सत्य अधिक तात्त्विक
असले, तरी तितकेच मार्मिक आहे.

जगातला प्रत्येक मनुष्य नकळत स्वतःला सर्वज्ञ समजतो. जे
आपल्याला दिसत नाही किंवा आकलन करता येत नाही, ते जगात
असूच शकणार नाही, असे त्याला अगदी प्रामाणिकपणे वाटते. अंध
आत्मप्रीती हा निसर्गाने मनुष्याला दिलेल्या अनेक शापांतला सर्वांत
मोठा शाप आहे. या शापामुळे मनुष्य स्वतःलाच जगाचे केंद्र समजतो,
आपल्या गुणांविषयी भलभलत्या कल्पना उराशी बाळगून बसतो
आणि त्या विफल झाल्या, म्हणजे विकृत दृष्टीने जगाचा विचार करू
लागतो... तो निव्वळ श्रद्धाशून्य निंदक बनतो.

एकमेकांविषयी तुच्छतेने बोलणारे कलावंत घ्या, परस्परांविषयी
अविश्वास बाळगणारे राजकीय पुढारी पाहा किंवा अहोरात्र कुरकुरत
आणि धडपडत संसार-शकट हाकणाऱ्या पतिपत्नींच्या अंतरंगात शिरा,
अंध आत्मनिष्ठतेमुळेच त्यांच्या हातून या गोष्टी घडत आहेत, असे
दिसून येईल. प्रत्येकाच्या ज्ञानाला, सामर्थ्याला, रसिकतेला आणि
स्वभावाला अनेक मर्यादा असतात; नव्हे, प्रसंगी अत्यंत अणकुचीदार
टोकेही असू शकतात, याची जाणीव जो विसरत नाही, तो उठल्यासुटल्या
दुसऱ्याकडे तुच्छतेने कशाला पाहील? एखादी गोष्ट आपल्याला पटत
नाही, एवढ्यासाठीच तो तिचा तिरस्कार कशाला करील?

हू की चू न करता मनुष्य स्वतःच्या शरीरावर एखादी शस्त्रक्रिया
करून घेऊ शकेल, पण आपल्या आंधळ्या अहंकाराचा कोपरादेखील
तो कधी कुणाला कापू देणार नाही. प्राणाची पर्वा न करता मनुष्य

अतिशय प्रबल अशा शत्रूबरोबर लढेल. मात्र स्वत:शी लढायची कल्पनासुद्धा त्याला असह्य वाटल्यावाचून राहणार नाही. पण मानवजातीची खरीखुरी सुधारणा व्हायची असेल, जगात सुख आणि शांतता यांचा संसार कधी काळी सुरू व्हायचा असेल, मानवी जीवनात आज ना उद्या उदात्तता नांदायची असेल, तर मनुष्य स्वत:शी लढायला तयार झाल्यावाचून, अहंकाराच्या आश्रयाने दडून बसलेल्या आपल्या अनेक शत्रूंचा त्याने पूर्ण पराभव केल्यावाचून, ही सुखस्वप्ने सत्यसृष्टीत उतरणार नाहीत. या शत्रूतला पहिला शत्रू, सर्वांत प्रबळ असलेला शत्रू म्हणजे अंध आत्मप्रीती! हिच्यामुळेच या छोट्या कथेतली नाक, हात, कान इत्यादी मंडळी, डोंगर आपल्याला दिसत नाही; पण तो डोळ्याला दिसतो, म्हणून त्याला वेड्यात काढतात!

■

दोन पंडित

एका प्राचीन शहरात दोन बडे पंडित राहत असत.

लोकांच्या दृष्टीने दोघेही मोठे जाडे विद्वान होते. मात्र ते दोघे एकमेकांचा विलक्षण द्वेष करीत. एक दुसऱ्याच्या ज्ञानाविषयी नेहमी तुच्छतेने बोले. साप नि मुंगूस यांच्याइतकेच सख्य होते त्यांचे!

या विचित्र वैराला कारणही तसेच मोठे जबरदस्त होते. पहिला पंडित होता कट्टर नास्तिक, पण दुसरा पडला मोठा आस्तिक!

एके दिवशी सकाळी या दोघा विद्वानांची बाजारपेठेत गाठ पडली.

प्रत्येकाच्या भोवती शिष्यवृंदाचे कडे होतेच. क्षणार्धात दोघांचा कडाक्याचा वाद सुरू झाला. एवढ्या मोठ्या विद्वानांच्या वादाचा विषय दुसरा काय असणार?

जगात देव आहे की नाही?

तास नि तास विद्वत्तापूर्ण चर्चा करीत ते महापंडित बाजारपेठेत तिष्ठत उभे होते आणि शेवटी दोघांच्याही स्वाऱ्या घरी परतल्या, त्या दुपार झाली म्हणून- एकाचे म्हणणे दुसऱ्याला पटले म्हणून नव्हे!

मात्र त्या दिवशी संध्याकाळी एक विलक्षण चमत्कार घडून आला. नास्तिक पंडित इकडेतिकडे पाहत हळूच एका देवळात

शिरला. देवाच्या मूर्तीपुढे साष्टांग नमस्कार घातला त्याने! नंतर दोन्ही हात जोडून आणि मस्तक नम्र करून तो प्रार्थना करू लागला,

'हे दयामय प्रभो, मी चुकलो... भुललो... तुला विसरलो... या पाप्याला क्षमा कर.'

त्याच वेळी आस्तिक पंडित आपल्या घरी एक होळी पेटविण्यात दंग होऊन गेला होता.

ती होळी लाकडांची नव्हती! त्याने प्राणांपेक्षाही प्रिय मानलेल्या पवित्र पोथ्यांची होती ती! त्याचा देवावरला विश्वास पार उडून गेला होता!

■

गडकऱ्यांनी निर्माण केलेल्या आर्यमंदिरा मंडळातले मन्याबापू आणि जनुभाऊ हे दोघे दारूबाज दारूविषयी जोरजोराने वादविवाद करू लागतात. एक दारूचा कैवार घेतो, दुसरा तिचा निषेध करतो. दोघेही खूप शब्दावडंबर माजवितात आणि शेवटी आपण निर्माण केलेल्या शाब्दिक अरण्यात वाट चुकतात. हळूहळू दारूचा कैवार घेणारा मनसोक्त तिची निंदा करू लागतो; उलट, तिचा निषेध करणारा तिचे वकीलपत्र घेऊन आपले पांडित्य प्रकट करायला सुरुवात करतो.

नेहमी तावातावाने वादविवाद करणारे, एका पक्षाच्या अभिमानाने प्रेरित होऊन दुसऱ्या पक्षावर तुटून पडणारे आणि सत्य काय ते आपल्यालाच कळले आहे, या धुंदीत हटवादीपणाने तंडत सुटणारे जगातले बहुतेक विद्वान, मन्याबापू आणि जनुभाऊ यांचेच भाऊबंद असतात. ते वादविवाद करतात, तो सत्यशोधनाकरता नव्हे! आपल्या जिभेचा कंडू शमविण्याकरिता. त्यांच्या ठाम मतांचा उगम प्रचितीत नसतो, तो बहुधा परिस्थितीत किंवा अंध परंपरेत असतो. मतप्रतिपादन करताना अनुभूतीपेक्षा अहंकाराचेच प्रदर्शन हे लोक करीत सुटतात.

...आणि म्हणूनच असले पढीक पंडित वस्त्रांप्रमाणे आपली मते क्षणार्धात बदलू शकतात. काल साहित्यात कलास्वातंत्र्याचा नगारा वाजविणारे आज लोकजागृतीचे तुणतुणे वाजवू लागतात, सकाळी समाजवादाचा सावेश पुरस्कार करणारे संध्याकाळी साम्राज्यशाहीच्या

गोटात जाऊन बसतात आणि तारुण्यात पदार्पण करताना ध्येयवादाचा ध्वज उभारणारे पुढे पाच-दहा वर्षांतच आपल्या हातांनी त्या ध्वजावरल्या फाटक्या पताकांची पोतेरी करून आपली स्वयंपाकघरे सारवू लागतात.

हा जगाचा नित्याचा अनुभव आहे.

असे का व्हावे?

लेखक सूचित करतो- पंडित आणि पंडितमन्य हे बाहेरून सारखे दिसले, तरी या दोन जाती अगदी भिन्न आहेत. आपले अज्ञान अजून अमर्याद आहे, हे जो जाणतो, तोच या जगातला खरा पंडित. आपले ज्ञान प्रचितीच्या निकषावर जो पारखून घेतो आणि त्या प्रचितीशी जो प्रामाणिक राहतो, तोच खरा विद्वान.

जगाच्या बाजारात असले सोने दुर्मीळ असल्यामुळे हिणकस नाण्यांचीच नेहमी चलती आढळून येते. आवाज करणे यापेक्षा दुसरा कोणता गुण असल्या नाण्यांच्या अंगी असणार? पण क्षणभर त्यांना आगीत टाका. त्यांच्यात हीणच अधिक होते, असे दिसून येईल. सीतेप्रमाणे जी हसत अग्निदिव्य करू शकतात आणि त्या दिव्यातून अधिक उज्ज्वल होऊन बाहेर पडतात, तीच माणसांची खरी मते. बाकीची मते म्हणजे शब्द... नुसते पोकळ शब्द... पांडित्याचे फुगे... अहंकाराचे बुडबुडे!

देवळाच्या पायऱ्यांवर

काल संध्याकाळी देवालयाच्या संगमरवरी पायऱ्यांवर बसलेली एक स्त्री माझ्या दृष्टीला पडली.
तिच्या दोन्ही बाजूंस दोन पुरुष बसले होते.
तिच्या चेहऱ्याची एक बाजू अगदी फिक्कट, निस्तेज दिसत होती! पण दुसऱ्या बाजूला मात्र लज्जेचा नाजूक रक्तिमा उमटला होता.

या चार ओळींच्या लिखाणाला काटेकोर दृष्टीने रूपककथा म्हणता येईल की नाही, याची शंकाच आहे. कथेपेक्षा काव्यातच त्याची गणना करणे योग्य होईल. आणि हे काव्यही काही साधेसुधे नाही. प्रथमदर्शनी तरी गूढगुंजनच वाटते ते वाचकाला.

हळूहळू काळोखात रूपांतर पावू पाहणाऱ्या संधिप्रकाशासारखे असल्या लिखाणाचे सौंदर्य असते. अशा संधिप्रकाशात जवळची वस्तूसुद्धा स्पष्ट दिसताना मारामार... पण पश्चिमेकडल्या काळवंडलेल्या आभाळात जे चित्रविचित्र अंधूक रंग दिसत असतात, ते मात्र दृष्टी वेधून घेतल्यावाचून राहत नाहीत. सौंदर्य आणि गूढता यांचे विचित्र मिश्रण होते अशा वेळी. तथापि, अनेकदा ही रम्य गूढता नसून क्लिष्ट दुर्बोधता आहे, असेही मनाला वाटल्यावाचून राहत नाही.

या छोट्या चुटक्यातले देऊळ कुठले? त्या देवळाच्या संगमरवरी

पायऱ्यांवर बसलेली स्त्री कोण समजायची? नि तिच्या दोन्ही बाजूंना बसलेले ते दोन पुरुष? त्यांची नावे काय आहेत? एकाला पाहून ती बावरते आणि दुसऱ्याला पाहून ती लाजते.

आपल्या संतवाङ्मयात कोड्यांसारखे वाटणारे अनेक परमार्थपर चुटके आहेत, तशांपैकीच हा काही प्रकार नाही ना?

हे सर्व प्रश्न वाचकांच्या मनात उद्भवणे अपरिहार्य असले, तरी हा चुटका मानवी जीवनाचे प्रतीक म्हणून लिहिला गेला असावा, अशी पुसट कल्पनाही त्याच वेळी त्यांच्या मनात आल्यावाचून राहत नाही.

या चित्रातले देवालय म्हणजे जग. या देवालयाच्या संगमरवरी पायऱ्यांवर बसलेली स्त्री ही मानवी जीवनाची मूर्ती आहे. एका बाजूने प्रीती तिच्या गालांवर गुलाब फुलवीत आहे. दुसऱ्या बाजूला मृत्यू तिला भयभीत करून तिच्या चेहऱ्यावर अवकळा आणीत आहे.

प्रीती! जीवनातली सर्वांत प्रभावी आणि प्रेरक शक्ती! आयुष्यातल्या आनंदाला उधाण आणणारी चंद्रकला. जगातल्या साऱ्या दुःखांचे विस्मरण पाडण्याची जादू तिच्या ओझरत्या स्पर्शात आहे.

पण मृत्यू! त्याची अंधूक छायासुद्धा माणसाला किती भयानक वाटते! प्रीती हा प्रकाश असला, तर मृत्यू हा अंधार आहे. ज्यात कुठलेच तारे कधीही चमकत नाहीत, असा विचित्र अंधकार आहे तो! प्रीती हा पर्जन्य मानला, तर मृत्यू ही वीज आहे. पाऊस पडू लागला, की सारी पृथ्वी पुलकित होते... आनंदाने नाचू लागते; पण मधेच वीज कडकडू लागली की, तिच्या अंगावर काटा उभा राहतो, तिच्या हिरव्या स्वप्नांची राखरांगोळी होते.

प्रीती आणि मृत्यू हे मानवी जीवनातले अभेद्य सनातन द्वंद्व आहे. एक हात प्रीतीच्या हातात देऊन आणि दुसरा हात मृत्यूच्या हातात घालूनच मानवता आपले मार्गक्रमण करीत आली आहे. मृत्यू हा मानवाला निसर्गाने दिलेला शाप आहे; प्रीती हा त्याचा उ:शाप आहे. ∎

डाळिंबाचे दाणे

एका डाळिंबात राहत होतो मी त्यावेळी.
एके दिवशी त्या डाळिंबातल्या दाण्यांचे संभाषण सुरू झाले.
मोठ्या कौतुकाने मी ते ऐकू लागलो.
पहिला छोटा दाणा म्हणाला,
"आज ना उद्या विशाल वृक्षात माझं रूपांतर होईल. मग
वायुलहरी गाणं गात गात माझ्या फांद्यांतून खेळू लागतील,
सूर्याचे किरण माझ्या पानांवर नृत्य करतील आणि... उन्हाळा
येवो अथवा पावसाळा येवो, माझं सुदृढ शरीर नेहमी डौलानं
डुलत राहील."
लगेच दुसरा दाणा बोलू लागला. तो म्हणाला,
"मी तुझ्याएवढा लहान होतो ना? तेव्हा अशाच वेडगळ
स्वप्नांत गुंगून जायचो मी! पण व्यवहार कळायला
लागल्याबरोबर एक गोष्ट मला कळून चुकली...
अल्लडपणातल्या आशा म्हणजे मृगजळातल्या नद्या."
तिसरा दाणा मधेच बोलला,
"आपलं भविष्य इतकं उज्ज्वल असेल, असं वाटत नाही मला!
आहे काय असं आपल्यात? एका लहानशा डाळिंबातल्या
इवल्याशा बिया आहोत आपण!"
चौथा उद्गारला,
"ज्याला उज्ज्वल भविष्याची मुळीच आशा नाही, असं आयुष्य

आपण कंठायचं? छे! आयुष्य कसलं? आयुष्याचं विडंबनच म्हणायचं ते!''

पाचवा दाणा म्हणाला,

''आपण कोण आहोत, हेसुद्धा आपल्याला पुरं कळलेलं नाही. मग पुढं आपण कोण होणार, याविषयी हा वितंडवाद हवा कशाला?''

सहावा उत्तरला,

''आम्ही कोणी असलो, तरी आमच्यात आज जे आहे, ते पुढं राहीलच!''

सातवा बोलला,

''पुढं काय काय होणार आहे, याची अगदी स्पष्ट कल्पना आहे मला. पण ती व्यक्त करून दाखविता येत नाही मला!''

मग आठवा दाणा काहीतरी म्हणाला. त्याच्यामागून नववा... दहावा... आणि मग कितीतरी दाणे एकदम बोलू लागले. जवळजवळ सारेच दाणे बडबडत होते. त्या गोंगाटात, कुणाला काय म्हणायचे आहे, तेच मला कळेना.

...आणि म्हणून त्याच दिवशी मी मुकाट्याने डाळिंबातले आपले बिऱ्हाड हलविले आणि वसतीकरिता फार दाणे नसलेल्या दुसऱ्या फळाचा शोध करू लागलो.

■

लोकशाहीची स्तुतिस्तोत्रे आपण नेहमीच गातो. पण लोकशाही ही कागदावर कितीही चांगली दिसणारी चीज असली, तरी आजच्या मानवी व्यवहारात ती अनेकदा तापदायक ठरते. म्युनिसिपालट्या आणि लोकल बोर्डे या लोकशाहीच्या मंदिराच्या खालच्या पायऱ्या घ्या किंवा कौन्सिलासारख्या त्याच्या अगदी वरच्या पायऱ्या पाहा, त्या पायऱ्यांचे पावित्र्य राखण्याचा प्रयत्न करणारे फार थोडे! स्वार्थाचा बाजार मांडून त्यांना उकिरड्याचे स्वरूप आणणारे हरीचे लालच जगात जास्ती! ...आणि जिथे स्वार्थाचा प्रश्न नसतो, तिथे तरी आमचे हे बारभाई गुण्यागोविंदाने काम करतात का? छे! ती आशाच करायला नको! प्रत्येकाला वाटते : आपण विद्वान, बाकीचे मूर्ख. राजकारणापासून

वाङ्मयापर्यंतच्या सर्व बौद्धिक क्षेत्रात वाद आणि चर्चा यांना नेहमी ऊत आलेला दिसतो. पण त्यातून निष्पन्न काय झाले, हे पाहणारा मात्र निराशेने उद्विग्न झाल्यावाचून राहत नाही. हे सारे वाद वादासाठीच असतात; मानसिक संवादासाठी नसतात. या साऱ्या चर्चा बहुधा क्षुद्र विद्वत्तेच्या प्रदर्शनासाठी असतात; सत्याच्या संशोधनासाठी सहसा नसतात.

लोकशाही म्हणजे असंख्य लोकांची बेजबाबदार बडबड नव्हे. जिथे अनुभवावाचून कुणी बोलत नाही आणि उक्तीपेक्षा कृती शतपटींनी श्रेष्ठ मानली जाते, तिथेच खरीखुरी लोकशाही नांदू शकते.

■

कबरस्थानातला नोकर

एकदा मी माझ्या एका मृत आत्म्याला पुरून त्याच्यावर माती लोटीत होतो. इतक्यात कबरस्थानात खड्डे खणण्याचे काम करणारा नोकर माझ्याजवळ आला आणि म्हणाला,
"महाराज, इथं प्रेतं पुरायला दररोज खूप खूप माणसं येतात. पण त्या साऱ्या माणसांत मला फक्त आपणच आवडता."
मी म्हणालो,
"मित्रा, तुझ्या या बोलण्यानं मला फार फार बरं वाटलं. पण... तुला एक प्रश्न विचारू का? इतरांच्यापेक्षा मीच तुला अधिक आवडण्याचं कारण काय?"
तो उत्तरला,
"बाकीची माणसं रडत येतात नि रडतच परत जातात. आपण मात्र हसत येता नि हसतच परत जाता!"

■

ही कल्पकतापूर्ण कथा प्रथमदर्शनी फार गूढ वाटते. पण दुसऱ्या एका ठिकाणी जिब्रानने मनुष्याच्या सात आत्म्यांचे जे वर्णन केले आहे, ते लक्षात घेतले, म्हणजे या कथेतले मर्म मनाला मोह पाडल्यावाचून राहत नाही.

मनुष्याचे मन किती बहुरूपी आहे, हे दिग्दर्शित करण्याकरताच त्याने सात आत्म्यांची कल्पना केली आहे. एकाच व्यक्तीची एकाच

मनात नांदणारी ही सात भिन्न रूपे आहेत, असे म्हटले तरी चालेल.

या सात आत्म्यांपैकी पहिल्याला आपण 'दु:खी' म्हणू! गतदु:खांची उजळणी करून सुस्कारे सोडायचे आणि कल्पनेने भावी दु:खे निर्माण करून चिंताक्रांत व्हायचे, यापलीकडे त्याला दुसरे काही सुचतच नाही.

दुसऱ्या आत्म्याला 'सुखी' म्हणता येईल. 'खा, पी, मजा कर; गा, हास, नाच; जीवन ही फुलबाग आहे' अशा अर्थाचे तत्त्वज्ञान मान्य करून, त्यात गुंग होऊन जाणारा मनुष्याचा जो भाग असतो, त्याचा हा अवतार आहे.

तिसरा आत्मा 'प्रेमवेडा' आहे. दीपज्योतीवर उडी टाकून स्वत:ला जाळून घेणाऱ्या पतंगासारखे त्याचे जीवन असते.

द्वेष आणि विनाश यांनी भरलेला मानवी मनाचा भाग हा लेखकाने सूचित केलेला चौथा आत्मा!

मनुष्याचा पाचवा आत्मा अज्ञात सत्याच्या आणि अकल्पित सौंदर्याच्या संशोधनाकरता अखंड धडपडत असतो.

आशा आणि कल्पना यांच्या साहाय्याने जीवनाची सुंदर मूर्ती घडविण्याकरता सहावा अहोरात्र कष्ट करीत असतो.

...आणि सातवा?

पहिले सहा आत्मे स्वत:वर लादल्या गेलेल्या कामाविषयी कुरकुर करीत असले, तरी त्यांना निश्चित असे कार्यक्षेत्र आहे. सातवा मात्र बाह्यत: कार्यशून्य आहे.

पण मनुष्याचा खरा आत्मा हाच आहे! बाकीचे सहा आत्मे जेव्हा झोपी जातात, तेव्हा हा जागा राहून सर्व सृष्टीच्या पसाऱ्यामागे जी अनंत शून्यता उभी आहे, तिच्या निरीक्षणात आणि चिंतनात तल्लीन होऊन जातो.

या सात आत्म्यांची वर्णने किंचित गूढ असली, तरी लेखकाला जी गोष्ट सुचवायची आहे, ती सूर्यप्रकाशाइतकी स्पष्ट आहे. मनुष्याचे अत्यंत उच्च आणि उदात्त स्वरूप निर्मळ आणि निरहंकार असले पाहिजे. पण धुळीत लोळणाऱ्या मुलाचे अंग जसे मळून जाते, त्याप्रमाणे ऐहिक जीवनातल्या विचारविकारांनी मनुष्याचे हे स्वरूप लिडबिडलेले असते. सुख आणि दु:ख, प्रेम आणि द्वेष, आशा आणि निराशा या द्वंद्वाच्या पलीकडे जाऊन जीवनाकडे पाहण्याची शक्ती ज्या मनुष्यात

येईल, तोच खरा मुक्त... तोच खरा मानवजातीला चिरंतन सुखाचा मंगल मार्ग दाखवू शकेल. गीतेतल्या स्थितप्रज्ञासारखी ही स्थिती आहे.

पण या द्वंद्वाच्या पलीकडे जाणे ही काही सोपी गोष्ट नाही. आपल्या सुखदु:खांची क्षुद्रता कळायला मनुष्याला कठोर आत्मपरीक्षक व्हावे लागते. उत्कट वाटणाऱ्या प्रेमद्वेषांचा उथळपणा जाणवायला तटस्थपणाने स्वत:च्या भावनांचे सिंहावलोकन करण्याची सवय लावून घ्यावी लागते. विचारकल्पनांच्या भोवऱ्यातून बाहेर पडून आयुष्याकडे टीकाकाराच्या दृष्टीने पाहायला तत्त्वज्ञानाच्या भूमिकेवर चढता येण्याइतकी कुवत अंगी आणावी लागते.

ज्याला हा मनोविकास- अंशत: का होईना- साध्य होतो, तोच मनुष्य आपल्या कुठल्याही मृत आत्म्याला पुरण्याकरता स्मशानात जाण्याची पाळी आली, तरी हसत जातो आणि हसतच परत येतो. एक बंधन तुटले, एक शृंखला गळून पडली, म्हणून तो आनंदित झालेला असतो. त्याच्या या अलौकिक आनंदाची कल्पना आत्मनिष्ठतेत रममाण झालेल्या आणि म्हणून आपल्या गत सुखदु:खांचे आणि प्रेमद्वेषांचे खरे स्वरूप न ओळखू शकल्यामुळे त्यांच्यासाठी रडणाऱ्या सामान्य मनुष्यांना कुठून येणार?

■

दोन संन्यासी

एका निर्जन पर्वतावर दोन संन्यासी राहत होते. त्यांची मने दोन भावनांनी सदैव फुललेली असत. पहिली देवाची भक्ती आणि दुसरी एकमेकांविषयीची प्रीती.

त्या दोघांच्या मालकीची अशी एकच वस्तू उभ्या जगात होती. ती म्हणजे भिक्षापात्र! नि तेसुद्धा तांब्यापितळेचे किंवा लाकडाचे नव्हते. मातीचे होते ते!

एके दिवशी त्यातल्या वयाने वडील असलेल्या संन्याशाच्या मनात कलीने संचार केला. तो धाकट्या संन्याशाजवळ येऊन त्याला म्हणाला,

''हे पाहा, फार दिवस आपण एके ठिकाणी राहिलो. डोंगराप्रमाणे मनुष्यही दुरूनच सुंदर दिसतो. आपण दोघांनी आता विभक्त व्हावं, हेच चांगलं! चल, आपण आपल्या मिळकतीची वाटणी करू या.''

तरुण संन्याशाला हे ऐकून मनस्वी दुःख झाले. तो भावपूर्ण स्वराने म्हणाला,

''भाई, तू मला सोडून जाणार, ही कल्पनाच मला अगदी असह्य वाटते. पण... दूर जाण्यानं तुला सुख होणार असेल, तर मी तुझ्या आड येणार नाही.''

त्याने ते मातीचे भिक्षापात्र आणले आणि ते वयस्क संन्याशाच्या हातात देत तो म्हणाला,

"या मातीच्या भांड्याची काही वाटणी करता येणार नाही. भाई, हे भिक्षापात्र तूच घेऊन जा! ते तुझंच आहे."
मोठा संन्यासी क्रुद्ध स्वराने उद्‌गारला,
"मला कुणाची काडीसुद्धा दान म्हणून घ्यायची नाही! जेवढं माझ्या हक्काचं असेल, तेवढंच मी घेईन! चल, आटप, या भिक्षापात्राची झटकन वाटणी कर."
तरुण संन्यासी मृदु स्वराने म्हणाला,
"हे मातीचे भांडे आहे. याच्या तुकड्यांचा कुणालाच उपयोग होणार नाही. तुझी इच्छा असेल, तर आपण दोघांच्या नावांच्या चिठ्या टाकू या. ज्याच्या नावाची चिठ्ठी निघेल, त्यानं हे भांडं घ्यावं!"
प्रौढ संन्यासी आग्रही स्वराने म्हणाला,
"मला फक्त न्याय हवाय! जे माझ्या मालकीचं असेल, तेवढंच मी घेईन. नशिबावर हवाला ठेवून, मिळेल तो निर्णय मान्य करणारा मूर्ख मी नाही. चल उगीच वेळ काढू नकोस. आपणाला या भांड्याचे दोन समसमान तुकडे केलेच पाहिजेत."
त्या तरुण संन्याशाला आणखी कुठलाच युक्तिवाद सुचेना. तेव्हा तो नाइलाजाने म्हणाला,
"जशी तुझी इच्छा. चल, आपण हे भिक्षापात्र फोडून, त्याचे दोन सारखे तुकडे करू या!"
हे शब्द ऐकताच त्या मोठ्या संन्याशाचा चेहरा खर्रकन काळवंडला. तो रागाने ओरडला,
"अरे कुत्र्या, असा शेपूट घालून काय पळतोस? तुला भांडायची, लढायची इच्छाच होत नाही? नादान, नामर्द कुठला!"

■

लेखकाने या रूपककथेत मनुष्य-स्वभावाच्या एका अत्यंत विचित्र वैगुण्यावर अगदी अचूक बोट ठेवले आहे.

राष्ट्राराष्ट्रांतली युद्धे, कलावंतांतल्या मारामाऱ्या आणि शेजाऱ्यापाजाऱ्यांची धुसफूस, इत्यादी अनेक लहानमोठ्या कलहांचे मूळ खरोखर कशात असते?

प्रत्येक लढणारे राष्ट्र आपले स्वार्थी हेतू लपवून, केवळ अन्यायाचे परिमार्जन करण्याकरिता आपण रक्ताचे पूर वाहवीत आहो, अशी घोषणा करीत असते! प्रतिस्पर्ध्याला शिव्यांची लाखोली वाहून सरस्वतीच्या मयूरासनाला कुक्कुटासनाचे स्वरूप आणणारा प्रत्येक साहित्यिक साहित्याच्या पावित्र्यासाठी आणि प्रगतीसाठीच आपली लेखणी धडपडत आहे, असे छापीत असतो. आपला शेजारी फार वाईट आहे, असे गावभर सांगत सुटणारा प्रत्येक गृहस्थ सभ्यपणा, संयम व सारासार विचार हे सद्गुण आपल्या शेजाऱ्याइतके तरी आपल्यात आहेत किंवा नाहीत, याचा विचारच करू इच्छित नाही.

या रूपककथेतला मोठा संन्यासी वर वर्णन केलेल्या कलहप्रिय मानवी मनोवृत्तीचा प्रतिनिधी आहे. त्याची समानधर्म्याशी गाठ पडली, म्हणजे काय होते, हे आपण सध्या पाहतच आहो. ज्या राष्ट्रांना काल आपल्या गरीब बालकांना दररोज पेलाभर दूध देण्याचे सामर्थ्य नव्हते, ती आज प्रत्येक घटकेला दारूगोळ्याकरता कोट्यवधी रुपयांची राखरांगोळी करीत आहेत. साहित्याला दीपावलीचे स्वरूप देण्याच्या आपल्या कर्तव्याकडे पाठ करून, त्याला शिमग्याचे रूप आणणारे लेखकही काही कुणाला अपरिचित नाहीत आणि शेजाऱ्यापाजाऱ्यांतल्या भांडणाबद्दल तर बोलावयालाच नको! चालू महायुद्धाचा परिणाम स्वर्गलोकात झाला असल्यास कागदाच्या या महागाईत पृथ्वीवरल्या शेजाऱ्यांचे दररोजचे क्षुद्र हेवेदावे कसे टिपून ठेवायचे, या विवंचनेत चित्रगुप्त खास पडला असेल!

पुष्कळदा दोन कलहप्रवृत्त पक्षांपैकी एक थोडा-फार सुजाण असतो. तो सज्जनपणामुळे अनेकदा मौन स्वीकारतो. प्रसंगी माघारही घेतो. पण दुसऱ्या पक्षाला त्याची ही सात्त्विक वृत्ती पसंत पडत नाही. न्यायाच्या बुरख्याखाली त्याला आपला स्वार्थ साधायचा असतो, त्याला पोकळ विजयाचे समाधान मिळवायचे असते, त्याला आपल्या आंधळ्या अहंकाराची तृप्ती करून घ्यायची असते! तरुण संन्यासी प्रथम भिक्षापात्रावरला आपला हक्क सोडून ते प्रौढ संन्याशाला देऊ

लागतो! ही गोष्ट त्याला पटत नाही असे पाहून चिठ्ठ्या टाकून, नशिबाने ज्याला मिळेल ते त्याने घ्यावे, असेही तो सुचवितो. पण हेही कलीच्या संचार झालेल्या त्या प्रौढ संन्याशाला रुचत नाही, असे दिसताच तो त्या भांड्याचे तुकडे करायलाही तयार होतो. पण हे तरी त्या झपाटलेल्या तापसाला कुठे आवडते? तरुण संन्याशाने भांड्याबद्दल भांडावे, मारामारीला तयार व्हावे आणि मग आपण त्याचा पराभव करून, ते भांडे व विजयाचा आनंद लुटावा, ही त्याच्या अंतरीची इच्छा तशीच अतृप्त राहते. जगातल्या सर्व कलहांचे बीज या इच्छेतच असते.

■

शहाणा राजा

प्राचीन काळची गोष्ट.

एका दूर दूर असलेल्या शहरात एक राजा राज्य करीत असे. मोठा शूर आणि शहाणा होता तो! त्याच्या शक्तीची लोकांना भीती वाटे, पण त्याच्या शहाणपणावर सारे शहर खूश होते. त्या शहराच्या मध्यभागी एक विहीर होती. त्या विहिरीचे पाणी अगदी स्फटिकासारखे स्वच्छ आणि बर्फासारखे थंडगार असे. गावातील सारे लोक- खुद्द राजा आणि त्याचे मोठमोठे मानकरीसुद्धा- याच विहिरीचे पाणी पीत असत. कारण त्या उभ्या गावात ही एकच विहीर होती.

एके दिवशी रात्री सारे लोक झोपले असताना एक चेटकीण चोरपावलांनी त्या शहरात शिरली. त्या विहिरीत कसल्या तरी चमत्कारिक द्रव्याचे सात थेंब टाकून ती स्वत:शीच आनंदाने पुटपुटली,
'यापुढं जो या विहिरीचं पाणी पिईल, तो तत्काळ वेडा होईल!'

दुसऱ्या दिवशी सकाळी राजा आणि त्याचा एक मंत्री या दोघांशिवाय बाकी सारे लोक त्या विहिरीचे पाणी प्याले. क्षणार्धात सारे वेडे झाले!
...आणि मग दिवसभर शहराच्या गल्लीगल्लीत आणि

बाजारातल्या चव्हाट्याचव्हाट्यावर एकच कुजबुज ऐकू येत होती.
जो तो दुसऱ्याला म्हणत होता,
"आपल्या राजाला वेड लागलंय! राजा आणि त्याचा तो मंत्री... दोघेही वेडे झालेत. असला वेडा राजा राज्य कसलं करणार कपाळाचं? छे! आपण त्याला पदच्युत केलंच पाहिजे."

त्या दिवशी संध्याकाळी तहानेने व्याकूळ झालेल्या राजाने एक सोन्याचा पेला भरून त्या विहिरीचे पाणी आणायला सांगितले. पाणी येताच तो ते भरपूर प्याला. आपल्या मंत्र्यालाही त्याने ते दिले.
...आणि एका घटकेत त्या नगरात मोठा आनंदीआनंद झाला. राजाला आणि मंत्र्याला सकाळपासून लागलेले वेड नाहीसे झाले, म्हणून लोक मोठ्या उत्साहाने उत्सवाची तयारी करू लागले!

■

ही कथा नाजूक उपरोधाचा एक सुंदर नमुना आहे. जगाची सुधारणा होणे किती अवघड आहे, हे लेखकाने एका साध्या गोष्टीतून मोठ्या मार्मिक रीतीने सूचित केले आहे.

सत्य, त्याग, शहाणपणा, प्रामाणिकपणा, इत्यादी गोष्टी बोलायला सर्वांनाच आवडतात. पण त्या आचरणात आणायच्या, म्हणजे जन्मभर जगाच्या विरोधाशी टक्कर द्यायची मनाची तयारी हवी! एवढे धैर्य लाखात एखाद्याच्याच अंगी असायचे! बाकीचे बहुतेक विद्वान लोक या कथेतल्या राजाप्रमाणे थोडा वेळ जगाच्या मूर्खपणापासून अलिप्त राहतात. पण शेवटी संख्येचे बळ हेच प्रभावी ठरते आणि शहाणी माणसे मूर्खांच्या पावलांवर पाऊल टाकून मार्ग आक्रमण्यातच आयुष्याचे सार्थक मानू लागतात.

'Enemy of the People' या आपल्या नाटकात इब्सेनने याच प्रश्नाची मोठी मार्मिक चर्चा केली आहे. जगाला निर्भेळ सत्य सहसा आवडत नाही. कुठलेही तत्त्व जोपर्यंत स्वत:च्या स्वार्थाच्या, प्रतिष्ठेच्या

किंवा अहंकाराच्या आड येत नाही, तोपर्यंत त्याची पूजा करायला लोक तयार असतात! पण ज्या क्षणी ते सत्य त्यांच्यावर उलटते, त्याच क्षणी ते त्याला लाथेने दूर भिरकावून देतात.

उच्च विचारांच्या अभावामुळे आजचे जग कंगाल झालेले नाही. त्याच्या भिकारीपणाचे मूळ आचाराच्या दारिद्र्यात आहे, बुद्धिवान लोकांतही जो नीतिधैर्याचा विलक्षण अभाव आढळतो, त्याच्यात आहे!

■

तीन मुंग्या

एक मनुष्य उन्हात अगदी गाढ झोपला होता. त्याच्या नाकावर तीन मुंग्यांची गाठ पडली.
त्या मुंग्यांनी आपापल्या पद्धतीप्रमाणे एकमेकींना नमस्कार केला आणि मग त्या तिघी बोलत बोलत तिथेच उभ्या राहिल्या.
नाकाच्या शेंड्यावर असलेली पहिली मुंगी म्हणाली,
"काय भयंकर आहेत बाई या टेकड्या नि ही मैदानं! मुलखाची ओसाड आहेत मेली! दिवसभर हिंडहिंड हिंडतेय मी! इतकं शोधून शपथेला एक दाणा तरी दिसायचा होता डोळ्यांना!"
उजव्या नाकपुडीपाशी उभी असलेली दुसरी मुंगी उद्गारली,
"दरी न् दरी फिरले मी बाई! प्रत्येक दरीचे कोपरे धुंडाळले. पण इतकी पायपीट करून एक कणसुद्धा मिळाला नाही मेला कसला! मला वाटतं, या जमिनीत कधीच काही पिकत नसावं!"

त्या दोघींचे बोलणे ऐकून तिसऱ्या मुंगीने मान वर केली आणि ती म्हणाली,
"खुळ्या आहात तुम्ही बायांनो! जगातल्या सर्वश्रेष्ठ आणि सर्वशक्तिमान अशा या मुंगीचा देह इतका अवाढव्य आहे, की तो साराच्या सारा आपल्याला कधीच दिसणार नाही. तिच्या सावलीला उभ्या जन्मात प्रदक्षिणासुद्धा घालता यायची नाही

आपल्याला! आणि या मुंगीचा आवाज फार फार मोठा आहे.
म्हणूनच तो आपण ऐकू शकत नाही! सर्वसाक्षी आणि
सर्वशक्तिमान आहे ही मुंगी!''
तिसऱ्या मुंगीचे हे उद्गार ऐकून पहिल्या दोन मुंग्या
एकमेकींकडे पाहत हसू लागल्या.

त्याच क्षणी त्या मनुष्याची झोप चाळवली. या कुशीवरून त्या
कुशीवर होता होता त्याने आपला हात उचलला आणि नाक
खाजविले.
त्या तीन मुंग्यांचा चोळामोळा होऊन गेला!

■

मानवजातीला आपल्या ज्ञानाचा नेहमीच मोठा अभिमान वाटत
आला आहे. या विसाव्या शतकात तर त्या अभिमानाचे रूपांतर
अहंकारात झाले आहे. पण विश्वाची विशालता, विविधता आणि
विचित्रता लक्षात घेतली, म्हणजे मनुष्याचा हा अहंकार भ्रममूलक वाटू
लागतो.

जीविताचे कोडे खरोखरीच मनुष्याला उलगडले आहे का? आकाशात
कावळ्यांप्रमाणे विमानांचे कितीही थवे उडू लागले, म्हणून परमेश्वराच्या
अस्तित्वाविषयी एका क्षणी सश्रद्ध, तर दुसऱ्या क्षणी साशंक होणाऱ्या
मनाचे समाधान त्यामुळे होईल काय? विविध रोगांशी यशस्वी झगडा
करणारी अनेक नवी नवी औषधे निघाली आणि त्यांनी मृत्यूला काही
वेळ थोपवून धरले, तरी आज ना उद्या मरणाच्या दारातून बाहेर
पडल्यानंतर आपण कुठे जाणार, या भीतीने व्याकूळ झालेल्या जिवाला
शांती देण्याचे सामर्थ्य कुठल्या औषधात आहे? जन्म, प्रीती आणि
मृत्यू या मानवी जीवनातल्या तीन प्रभावशाली शक्तींच्या स्वरूपाचे
यथार्थ आकलन बुद्धिवादी मनुष्याला झाले आहे, असे कोण म्हणू
शकेल?

आपण निसर्गावर मोठा विजय मिळविलेला आहे, असे मानवाला
नेहमी वाटत असते. पण निसर्गाने सहज एक सुस्कारा सोडला, की

त्या जागृत झालेल्या ज्वालामुखीत क्षुद्र मनुष्याची शहरेच्या शहरे बेचिराख होतात आणि निसर्ग क्षणभर क्रोधाने कापू लागला, तरी मनुष्याने अमर म्हणून उभारलेली मंदिरे हा हा म्हणता मातीत मिळून जातात.

असे असूनही या कथेतल्या मुंग्यांप्रमाणे मानवजात आज वागत आहे. त्याच पद्धतीने ती जीवनाचा विचार करीत आहे. आपले क्षुद्रत्व, आपले अज्ञान आणि आपले दुर्बलत्व यांचा तिला विसर पडला आहे. शास्त्र शास्त्र म्हणून जगात ज्याची पूजा चालली आहे, ते ज्ञान सापेक्ष आहे. इतकेच नव्हे, तर त्याला अनेक मर्यादा आहेत, या जाणिवेने आजचा मनुष्य जीवनाकडे क्वचितच पाहतो. उलट मानवी ज्ञानाची आणि सामर्थ्याची मर्यादा ओळखणारी एखादी व्यक्ती निघाली, तर तिची थट्टा करण्यात त्याला विशेष आनंद वाटतो. पण मनुष्याने आपला हा आंधळा अट्टहास सोडल्याशिवाय जी क्षुद्र दु:खे त्याचे आयुष्य आज हरघडी कुरतडून टाकीत आहेत, त्यांची उपेक्षा करून उदात्ताचे आकलन करण्याचे सामर्थ्य त्याला संपादन करता येणार नाही.

दुसरी भाषा

या जगात येऊन साडेतीन दिवस झाले होते मला! रेशमी पाळण्यात भोवतालच्या नव्या जगाकडे आश्चर्याने स्तिमित होऊन पाहत मी पडलो होतो.
माझ्या आईने दाईला विचारले,
"बाळाचं सारं ठीक चाललंय ना?"
दाईने उत्तर दिले,
"होय बाईसाहेब! तीन वेळा पाजलं मी छकुल्याला. इतकं खेळकर तान्हं मूल आतापर्यंत कध्धी पाहिलं नव्हतं मी!"
मी अगदी चिडून गेलो हे शब्द ऐकून. मी मोठ्याने ओरडलो, "आई, आई, खोटं बोलतेय ही दाई! ही पाळण्यातली गादी माझ्या अंगाला कशी खुपतेय! हिचं दूध माझ्या जिभेला कसं कडू कडू लागतंय! या दाईच्या पदराखाली पिण्याकरता मी तोंड नेलं, की तिथल्या घाणेरड्या वासाची शिसारी येतेय मला! आई, मी सुखी नाही. मी दुःखी आहे... अतिशय दुःखी आहे!"
पण माझे हे शब्द आईलाही समजले नाहीत आणि दाईलाही कळले नाहीत! माझी भाषा त्यांना परकी होती. ती या जगातली नव्हती! ज्या जगातून मी नुकताच आलो होतो, त्या जगातली होती ती!

एकविसाव्या दिवशी मला ख्रिस्ती धर्मात घेण्याचा संस्कार झाला. त्यावेळी उपाध्याय आईला म्हणाले,
"बाई, तुमचा मुलगा जन्मतःच ख्रिस्ती धर्माचा उपासक निघाला, ही मोठ्या आनंदाची गोष्ट आहे."
मला आश्चर्य वाटले हे ऐकून! मी त्या उपाध्यायाला उद्देशून उद्‌गारलो,
"मग स्वर्गात तुझी आई फार दुःखी असली पाहिजे. कारण तू काही जन्मतः ख्रिश्चन नव्हतास!"
पण उपाध्यायालाही, मी काय बोललो, ते कळले नाही.

सात महिन्यांनी एक ज्योतिषी आमच्या घरी आला. माझ्याकडे पाहून तो आईला म्हणाला,
"आईसाहेब, तुमचा मुलगा मोठा मुत्सद्दी होणार... तो मोठा पुढारी होणार!"
मी ओरडून म्हणालो,
"खोटं, साफ खोटं आहे हे! मी गायक होणार! गायक होणं हेच माझ्या आयुष्याचं ध्येय आहे!"
पण...
मी अगदी चकित होऊन गेलो. या वयातली माझी भाषासुद्धा कुणालाच समजली नाही.

तेहतीस पावसाळे आले आणि गेले.
या काळात माझी आई, दाई आणि उपाध्याय ही सारी माणसे देवाघरी गेली. तो ज्योतिषी मात्र अजून हयात आहे.
कालच देवळाच्या महाद्वाराशी तो मला भेटला. सहज आमचे दोघांचे संभाषण सुरू झाले. तो म्हणाला,
"तू सुप्रसिद्ध गायक होणार, हे पहिल्यापासूनच ओळखून होतो मी! तू सात महिन्यांचा होतास, तेव्हाच तुझं हे भविष्य मी वर्तविलं होतं!"
त्याच्या बोलण्यावर माझा सहज विश्वास बसला, कारण आता मीसुद्धा तेहतीस वर्षांपूर्वीची ती दुसरी भाषा विसरून

गेलो आहे!"

■

देवाघरून आलेले निष्पाप मूल आणि जगाच्या ढोंगी व्यवहारात वाढलेला मनुष्य यांच्यातले अंतर या कथेत मोठ्या मौजेने सूचित केले गेले आहे! सत्याच्या तीव्र प्रकाशाकडे टक लावून पाहण्याचे सामर्थ्य निरागस आणि नि:स्वार्थी अशा बालमनात असू शकते. पण मनुष्य मोठा होऊ लागला, की त्याच्या डोळ्यांवर स्वार्थाचे, अहंकाराचे, आसक्तीचे आणि असेच दुसरे असंख्य पडदे येऊ लागतात. या पडद्यांतून त्याला सत्याचे जे स्वरूप दिसते, ते अत्यंत अंधूक आणि विकृत असे असते. मात्र सत्य सत्य म्हणून त्यालाच कवटाळण्याचा मनुष्यप्राणी नेहमी अट्टहास करीत सुटतो!

मानवी मनाचा हा मुखवटा लेखकाने फक्त तीन छोट्या प्रसंगांच्या चित्रणात पुरा पुरा उघडा करून दाखविला आहे. जन्मानंतरच्या पहिल्या तीन दिवसांत कुठल्या बालकाला आईचे किंवा दाईचे दूध गोड लागणे शक्य आहे? पण 'बाळ मोठ्या मजेत आहे! बघा, गुलाम कसा चुरुचुरु दूध पितोय' असेच जग म्हणत सुटते! लहान बालकाला कुठल्याही विशिष्ट धर्माविषयी प्रेम असणे शक्य आहे काय? पण आईबापांच्या अनेक शारीरिक व मानसिक गुणदोषांप्रमाणे धर्मसुद्धा आनुवंशिक करून टाकला आहे आम्ही! मानव-धर्माखेरीज ज्याला दुसऱ्या कुठल्याही धर्माची कल्पनासुद्धा येणार नाही, अशा जिवाला तू हिंदू आहेस, तू मुसलमान आहेस, तू ख्रिस्ती आहेस, असे लहानपणापासून पढवून पढवून कृत्रिम भेदभावाचे आणि अखंड कलहाचे बीज समाजच त्याच्या मनात रुजवीत असतो!

जी स्थिती धर्माची, तीच व्यक्तित्वाची! प्रत्येक जीव स्वत:चे असे काही वैशिष्ट्य घेऊन जन्माला येतो. त्याच्या आवडीनिवडी आणि आशाआकांक्षा लोकांनी ठरवायच्या नसतात. पण प्रत्येकामध्ये असलेल्या सुप्त गुणांचा विकास कसा होईल, हे जग कधीच पाहत नाही. मूल रांगायला लागल्यापासूनच त्याच्या कपाळावर भोवतालचा समाज चिठ्ठ्या चिकटवू लागतो : 'हा मुत्सद्दी होणार आहे, हा गणिती होणार आहे!' समाजाच्या आणि वडील माणसांच्या या जुलमामुळे शरीराने जिवंत

असूनही हरघडी ज्यांना आत्महत्या कराव्या लागत आहेत, अशी माणसे आजच्या जगात लाखांनी मोजता येतील!

असे असूनही आपले भविष्य खोटे ठरवून स्वत:च्या व्यक्तित्वाशी प्रामाणिक राहणाऱ्या माणसाचे अभिनंदन करायला जग नेहमी एका पायावर तयार असते! ते स्वाभाविकच आहे म्हणा! आपले भविष्य चुकले, असे कबूल करणारा ज्योतिषी कधी कुणी पाहिला आहे काय?

■

दोन पिंजरे

माझ्या वडिलांच्या बागेत दोन पिंजरे आहेत.
पहिल्या पिंजऱ्यात एक मोठा सिंह आहे. आमच्या गुलामांनी
पार लांबून एका मोठ्या ओसाड मैदानातून पकडून आणला
आहे तो!
दुसऱ्या पिंजऱ्यात एक मैना आहे. पण ती कध्धी कध्धी गात
नाही!
मात्र प्रत्येक दिवशी सकाळी मैना सिंहाला हाक मारून म्हणते,
"नमस्ते, भाई... नमस्ते, कैदीदादा!"

गुलामगिरीत पिचणाऱ्या जिवांचे हे अत्यंत सूचक शब्दचित्र काढताना लेखकाच्या मनात कुठल्या कुठल्या कल्पना घोळत असतील, हे सांगणे कठीण आहे. सिंह आणि मैना कुणी कधी एकत्र पाहिली आहेत काय? पण दोघेही पिंजऱ्यांत सापडली, की नकळत ती एकमेकांच्या जवळ येतात. पिंजऱ्याच्या लोखंडी गजांनी जशी सिंहाची गर्जना मूक होते, तसे मैनेचे गीतही तिच्या गळ्यातल्या गळ्यातच गुदमरू लागते! एक अरण्याचा सम्राट, दुसरी रानावनांतली संगीतसम्राज्ञी! पण दोघांनाही पिंजऱ्याच्या गजातून निळ्या आभाळाचा जेवढा तुकडा दिसेल, तेवढा शून्य दृष्टीने पाहण्याशिवाय दुसरे काहीही करता येत नाही. पण गुलामगिरीचे हे दुःखच त्या दोघांना जवळ आणते. मुक्या झालेल्या

मैनेला उजाडल्याबरोबर सिंहाची विचारपूस करावीशी वाटते. ती त्याला 'कैदीदादा' म्हणून हाक मारते! या हाकेत जसे दु:ख आहे, तशी सहानुभूतीही आहे.

अरण्यात दोघेही पूर्ण स्वतंत्र असताना त्यांनी एकमेकांकडे कधी ढुंकूनही पाहिलेले नसते! पण इतर संकटांप्रमाणे गुलामगिरीचे दु:खही ज्यांच्या वाट्याला येते, त्यांच्यात नकळत बंधुभाव उत्पन्न होतो आणि असल्या बंधुभावातूनच गुलामगिरीची पाळेमुळे उखडून काढणारी वृत्ती जन्म पावते.

■

दानशूर!

ख्रिस्ताच्या वेळची गोष्ट आहे ती!
एका मनुष्यापाशी खूप खूप सुया होत्या.
लोक म्हणत,
'त्याच्या साऱ्या सुया घेऊन माणसे शिवायला लागली, तर
फाटलेले आभाळसुद्धा एका घटकेत शिवून तयार होईल.

एके दिवशी ख्रिस्ताची आई त्या मनुष्याकडे गेली आणि
म्हणाली,
"महाराज, माझ्या मुलाची पैरण फाटली आहे. तो देवळात
जायच्या आधी ती शिवायला हवी मला! तुमच्याकडली एक
लहान सुई मला द्याल, तर मोठे उपकार होतील!"
त्या सद्गृहस्थाने तिला सुई दिली नाही. मात्र तिच्या मुलाला
देवळात जाण्यापूर्वी उपयोगी पडावे, म्हणून दान आणि
अपरिग्रह या विषयांवर त्याने तिला एक विद्वत्तापूर्ण प्रवचन
सुनावले.

या रूपककथेतला उपरोध अगदी उघड असला, तरी मोठा मजेदार
आहे. मानवी मनाच्या क्षुद्रपणानेच जगातली दुःखे अनंतपटींनी वाढविली
आहेत, मनुष्याच्या स्वार्थी स्वभावाने आणि अनुदार वृत्तीनेच जगातल्या

विषमतेची भयंकर वाढ केली आहे. या कथेतला सुयांचा सम्राट असलेला मनुष्य फाटकी पैरण शिवण्याकरिता ख्रिस्ताच्या आईला एक लहानशी सुईसुद्धा द्यायला तयार होत नाही. तसे पाहिले, तर एक सुई कमी झाल्यामुळे त्याचे काय नुकसान होणार होते? पण मनुष्याची संग्रहवृत्ती बळावली, की सहृदयता आणि सद्सद्विवेकबुद्धी यांना त्याच्या मनात जागाच उरत नाही.

लोभ हा सर्व पापांचा पुढारी आहे, हेच खरे! लोभी माणसे कुणालाही जरूर असलेली वस्तू देणार तर नाहीतच, उलट आपल्या लोभावर पांघरूण घालण्याकरता त्याला पोकळ उपदेश करायला मात्र ती कधी कचरत नाहीत. भिकाऱ्याला काम करण्याचा उपदेश करणारे आरामखुर्चीवाले, बेकार शिक्षितांना उद्योगधंद्यात पडावे असा सल्ला देणारे पर्यंक-पंडित, गरिबांनी उद्योग आणि उत्साह यांच्या बळावर उत्कर्ष करून घ्यावा, अशा अर्थाची सुभाषिते त्यांच्या अंगावर फेकणारे मिरासदार हे सारे या गोष्टीतल्या सुईवाल्याच्या माळेतलेच मणी होत! ते गोड गोड शब्द हवे तेवढे देतील! पण त्यांची कृती मात्र... बोलताना कर्ण, पण वागताना तिमाजी नाईक! अशी आहे ही लोभी मनाची विचित्र जात!

■

भाग्यशाली शहर

मी तरुण होतो, तेव्हाची गोष्ट!

एके दिवशी माझ्या कानांवर एक विलक्षण वार्ता पडली. ज्या शहरात प्रत्येक मनुष्य दिवसाचे चोवीस तास धर्मशास्त्राप्रमाणे आपले आचरण ठेवीत असतो, असे एक शहर पृथ्वीच्या पाठीवर आहे, ही बातमी होती ती!

मी मनाशी निश्चय केला : हे शहर आपण शोधून काढलेच पाहिजे. या भाग्यशाली शहरातली धूळ मस्तकी धारण करण्यातच आपल्या आयुष्याचे सार्थक आहे!

ते शहर अतिशय दूर होते. मी माझ्या प्रवासाची खूप खूप तयारी केली. चाळीस दिवसांनी मला त्या भाग्यशाली शहराचे दर्शन झाले.

एकेचाळिसाव्या दिवशी मी त्या नगरात प्रवेश केला.

पण...

अरे बाप रे!

ज्या ज्या नागरिकाकडे मी पाहत होतो, त्याला एकच डोळा आणि एकच हात असलेला मला दिसत होता!

मी कोड्यात पडलो. मी स्वतःलाच प्रश्न केला,

'या पवित्र नगरात जे जन्माला येतात, त्यांना फक्त एकच डोळा आणि एकच हात असावा, अशी ईश्वराची योजना असेल काय?'

मला पाहून त्यांनाही आश्चर्य वाटल्याचे दिसत होते. माझ्या दोन हातांचे आणि दोन डोळ्यांचे कोडे त्यांनाही उलगडता येत नसावे! ते एकमेकांशी बोलत असताना मी त्यांना म्हणालो, "जिथला प्रत्येक मनुष्य अहोरात्र धर्मशास्त्राप्रमाणे वागतो, असा साऱ्या जगात ज्याचा लौकिक आहे, ते भाग्यशाली शहर हेच का?"

ते अभिमानाने उत्तरले,
"होय, हेच ते भाग्यशाली शहर!"

मी प्रश्न केला,
"तुमचे उजवे डोळे आणि उजवे हात कुठं आहेत? काय झालंय तुम्हाला?"

माझा हा प्रश्न ऐकून ती सर्व माणसे सद्गदित झाली! ती म्हणाली,
"आमच्याबरोबर चल, म्हणजे तुला कळेल!"

त्यांनी शहराच्या मध्यभागी असलेल्या एका देवालयात मला नेले. तिथे वाळूत काष्ठवत झालेल्या हातांची आणि डोळ्यांची भली मोठी रास पडली होती! ती पाहून मी उद्गारलो,
"अरेरे! कुठल्या क्रूर जुलमी जेत्यानं तुमच्यावर हा भयंकर अत्याचार केला?"

नागरिकांत कुजबुज सुरू झाली. शेवटी त्यांच्यातला एक वयोवृद्ध मनुष्य पुढे झाला आणि म्हणाला,
"आम्ही स्वतःच केलं आहे हे! पापावर विजय मिळविण्याकरता परमेश्वरानं आम्हाला जी प्रेरणा दिली, तिचं दृश्य फळ आहे हे!"

तो मला घेऊन एका उंच वेदीकडे गेला. सर्व लोक आमच्या मागाहून आले. त्या वेदीवर कोरलेला एक लेख त्याने मला दाखविला. मी तो वाचू लागलो.

'तुझा उजवा डोळा पापी असेल, तर तो उपटून काढ आणि दूर फेकून दे. कारण सर्व शरीर रौरवात जाण्यापेक्षा त्याच्या एखाद्या अवयवाचा नाश होणं हेच अधिक कल्याणकारक आहे. तुझा उजवा हात पापी असेल, तर तो कापून काढ

आणि दूर फेकून दे. कारण सर्व शरीर नरकात पिचत
पडण्यापेक्षा त्याच्या एखाद्या अवयवाचा नाश होणं हेच अधिक
कल्याणकारक आहे!'
या शहरातले झाडून सारे लोक एकाक्ष आणि एकहस्त का
आहेत, याचा आता मला उलगडा झाला!
मी त्यांना ओरडून विचारले,
"तुमच्यापैकी कुणाही स्त्री-पुरुषाला दोन हात किंवा दोन डोळे
नाहीत काय?"
त्यांनी उत्तर दिले,
"नाही. एकालासुद्धा दोन हात आणि दोन डोळे नाहीत. अजून
ज्यांना धर्मशास्त्र वाचता येत नाही आणि त्यातल्या पवित्र
आज्ञा समजण्याची पात्रता ज्यांच्या अंगी आलेली नाही, अशी
लहान लहान मुले सोडून दिली, तर या उभ्या भाग्यशाली
शहरात कुणालाही दोन हात किंवा दोन डोळे नाहीत."
देवालयाबाहेर येताच मी लगबगीने त्या भाग्यशाली शहराचा
शेवटचा निरोप घेतला. कारण मी काही लहान मूल नव्हतो
आणि मला धर्मशास्त्र वाचता येत होते!

■

पुस्तकी पावित्र्य प्रसंगी किती क्रूर होऊ शकते, याचे या उपरोधपूर्ण
कथेत केलेले चित्रण अत्यंत मार्मिक आहे. धर्म ही अर्थहीन गोष्ट नाही,
पावित्र्याची कल्पना हा काही केवळ कवि-प्रतिभेचा खेळ नाही, मानव
अधिक विशुद्ध आणि उदात्त व्हावा, म्हणून संयम आणि संस्कार यांना
आयुष्यात मानाचे स्थान दिले पाहिजे, हे कोण अमान्य करील? पण
मनुष्यासाठी धर्म आहे; धर्मासाठी मनुष्य नाही. जीवनासाठी पावित्र्य
आहे; पावित्र्यासाठी जीवन नाही. संयम हा कितीही उदात्त आणि
प्रभावी गुण असला, तरी सामान्य मनुष्यावर तो सक्तीने लादून जग
सुधारणार नाही. प्रत्येक धर्मात, प्रत्येक तत्त्वज्ञानात, प्रत्येक पंथात
आणि प्रत्येक वादात नेहमी तत्त्वे बाजूला पडतात आणि शब्दप्रामाण्याला
मात्र भलतेच महत्त्व प्राप्त होते! आपला अवतार सामान्य मनुष्याची
जीवनयात्रा अधिक सुखावह व्हावी म्हणून आहे, याचा सर्व धर्मांना व

तत्त्वज्ञानांना नेहमी विसर पडतो. त्यांच्या पांडित्यात, वादविवादात आणि शब्दनिष्ठतेत बिचाऱ्या सामान्य मनुष्याच्या सुखाचा चुराडा होऊन जातो! देव म्हणून ज्याचे पाय धरायला जावे, त्याने भूत होऊन उरावर बसावे, असा आतापर्यंतचा या बाबतीतला मानवजातीचा अनुभव आहे!

या कथेचा नायक भयभीत होऊन धर्मशास्त्राप्रमाणे अक्षरश: वागणाऱ्या माणसांनी भरलेल्या नगराला रामराम ठोकतो, याचे कारण या कटू अनुभवाशिवाय दुसरे काय असणार?

■

शहाणा कुत्रा!

एके दिवशी मांजरांचे एक भले मोठे टोळके रस्त्याने चालले होते!

त्यांच्या समोरून एक शहाणा कुत्रा आला.

त्या मांजरांच्या जथ्याजवळ येताच एक गोष्ट चटकन त्या कुत्र्याच्या लक्षात आली- सारी मांजरे कुठल्या तरी नादात गुंग होऊन गेली आहेत. त्यांचे आपल्याकडे मुळीच लक्ष नाही. हे पाहून त्याला मोठे आश्चर्य वाटले. तो कुतूहलाने जागच्या जागी थांबला. मांजरांच्या त्या पथकातून एक गंभीर चेहऱ्याचा मोठा बोका सर्वांच्या पुढे येऊन उभा राहिला आणि बोलू लागला,

"भाईहो आणि बहिणींनो, प्रार्थना करा. एकाग्र मनाने परमेश्वराची प्रार्थना करा. पूर्ण श्रद्धेने तुम्ही पुनःपुन्हा प्रार्थना केलीत, म्हणजे खात्रीने आकाशातून उंदरांचा पाऊस पडेल!"

हे ऐकून कुत्रा मनातल्या मनात हसला. त्या मांजरांकडे तुच्छतेने पाहत तो स्वतःशीच उद्गारला,

'काय महामूर्ख मांजरं आहेत ही! धर्मशास्त्राचा अगदी गंध नाही बेट्यांना! पूर्वीच्या मोठमोठ्या ऋषींनी लिहून ठेवलेलं आणि माझ्या वडिलांनी आणि मी पठन केलेलं धर्मशास्त्र खोटं कसं होईल?

ते शास्त्र म्हणतं :
श्रद्धा आणि प्रार्थना यांचं फळ म्हणून देव नेहमी मुसळधार पाऊस पाडतोच पाडतो! पण त्या पावसातून उंदीर पडत नाहीत, गोड गोड हाडकं पडत असतात!'

■

स्वार्थाकरिता ईश्वराचे अस्तित्व मान्य करणाऱ्या मनुष्याच्या आंधळ्या वृत्तीवर जिब्राननं या कथेत मोठा विदारक प्रकाश टाकला आहे. या लोकांना देव हवा असतो, तो स्वत:च्या सुखासाठी! त्याची प्रार्थना करावयाची, ती आपल्या साऱ्या गरजा आणि चैनी त्याने भागवाव्यात, म्हणून. या गोष्टीतली मांजरे मनात मांडे खातात : देव आमची प्रार्थना ऐकून उंदरांचा पाऊस पाडील आणि मग आपली चंगळ होईल. त्या मांजरांना मूर्ख म्हणणारा कुत्रा मनोराज्य करीत सुटतो : देव पाऊस पाडील, तो हाडकांचाच असणार! मांजरे उपाशी मेली, म्हणून त्याला वाईट वाटायचे काय कारण आहे? त्याला खरी काळजी आहे ती कुत्र्यांची- स्वत:ची आणि स्वत:च्या वर्गाची!

बिचारा देव! कुत्र्या-मांजरांच्या या परस्परविरोधी प्रार्थना ऐकून त्याची काय स्थिती होत असेल, ते त्याचे त्यालाच ठाऊक! दोन राष्ट्रे लढू लागली, म्हणजेही देवाची अशीच पंचाईत होते. प्रत्येक राष्ट्र प्रार्थना करकरून परमेश्वराला बजावून सांगते : सत्य आमच्या बाजूला आहे. तेव्हा युद्धात आमचाच विजय झाला पाहिजे.

दोन धर्मांच्या कलहातही देवाची अशीच त्रेधा उडत असावी! प्रत्येक धर्म आपल्याच अनुयायांवर देवाची अधिक कृपा होत असते, अशी नेहमी दवंडी पिटीत असतो. किंबहुना आत्मस्तुतिपर खोटी जाहिरात अखंड करीत राहण्यात धर्माचा हात धरणारी अशी चित्रपटाशिवाय दुसरी कुठलीही संस्था अद्यापि जगात जन्माला आलेली नाही.

ज्या दिवशी कुत्र्यांना, मांजरांनाही जगात जगण्याचा हक्क आहे हे पटेल, त्याच दिवशी आजच्या जगातले विचित्र विरोध आणि हास्यास्पद विसंवाद काढता पाय घेतील! हे जोपर्यंत घडत नाही, तोपर्यंत युद्धांचे- मग ती व्यक्तींची असोत वा वर्गांची असोत, तत्त्वाचा मुलामा दिलेली असोत किंवा ध्येयाचा दिमाख मिरविणारी असोत- या जगातून

उच्चाटन होणे शक्य नाही! आणि जोपर्यंत पृथ्वीच्या पाठीवर अशी युद्धे चालू आहेत, सारे जग सुखी व्हावे, यापेक्षा आपण आणि आपले कुटुंब, आपली जात, आपला वर्ग सुखी व्हावा, अशी प्रत्येकाची धडपड सुरू आहे, तोपर्यंत, प्रत्येक पक्षाची प्रार्थना ऐकून घेण्याकरता म्हणून का होईना, देवाचे अस्तित्व या जगात कायम राहणारच राहणार!

∎

बुजगबाहुले

मी एका शेताच्या कडेने चाललो होतो. पाखरांना
भिवविण्याकरता शेतात उभ्या केलेल्या एका बुजगबाहुल्याला
मी म्हणालो,
"या निर्जन शेतात एकसारखं उभं राहून अगदी कंटाळा
येत असेल तुला! नाही?"
ते बाहुले उद्गारले,
"वेड्या, दुसऱ्याला भिवविण्यात फार मोठा आनंद असतो.
याच्याइतका चिरकाल टिकणारा आनंद जगात दुसरीकडे कुठंच
मिळणार नाही. मला कधीच कंटाळा येत नाही या कामाचा!"

क्षणभर विचार करून मी म्हणालो, "खरं आहे तुझं म्हणणं! या
विलक्षण आनंदाचा मीसुद्धा उपभोग घेतलाय!"
ते बाहुले म्हणाले,
"छे! ज्यांच्यात पेंढा भरलेला असतो, त्यांनाच त्या आनंदाची
खरी गोडी कळू शकते!"

तो माझी स्तुती करीत आहे की उपहास करीत आहे, हे मला
कळेना. मी त्याचा निरोप घेऊन निघून गेलो.
एक वर्ष लोटले.
पुन्हा मी त्या शेताच्या बाजूने जाऊ लागलो. या मधल्या

काळात त्या बुजगबाहुल्याचे बड्या तत्त्वज्ञात रूपांतर झाले होते!

आता त्याच्या टोपीखाली दोन कावळे घरटे बांधीत असलेले मला दिसले.

■

उपरोध नाजूक असूनही किती मर्मभेदक होऊ शकतो, हे या कथेवरून दिसून येईल. या गोष्टीतले बुजगबाहुले हे भीतीच्या साहाय्याने जगभर राज्य चालवू पाहणाऱ्या मनोवृत्तीचे प्रतीक आहे. आजपर्यंत जगातली कुठलीही सत्ता- मग ती राजसत्ता असो, गुरूची शिष्यावरली सत्ता असो किंवा पत्नीवरली पतीची सत्ता असो- नेहमी प्रीतीपेक्षा भीतीचाच आश्रय करून आपले अस्तित्व टिकविण्याचा प्रयत्न करीत आली आहे. तलवारी, बंदुका, तोफा, बाँब आणि विमाने यांची अजूनही जगात पूजा होत आहे, याचे कारण प्रीतीपेक्षा भीतीच्या तत्त्वज्ञानावरच मनुष्याचा अजूनही अधिक विश्वास आहे, हेच आहे. प्रीतीचे तत्त्वज्ञान समतेचे आहे; उलट भीतीचे विषमतेचे आहे आणि म्हणूनच मनुष्यातल्या पशुत्वाला यशाच्या दृष्टीने प्रीतीपेक्षा भीतीचा मार्ग अधिक जवळचा, अधिक सोपा आणि अधिक चिरंतन वाटतो.

पण तसा तो खरोखरच आहे का?

कथेतले बुजगबाहुले म्हणते,

'आत पेंढा भरलेला असल्याशिवाय भीतीच्या आनंदाचा खराखुरा उपभोग कुणीही घेऊ शकत नाही!'

पण दुसऱ्याला भिवविण्याकरता अंतरंगात भरलेला पेंढा कालांतराने गळून पडतो आणि पाखरांना भिवविणाऱ्या बुजगबाहुल्याच्या टोपीखाली कावळे घरटे बांधू लागतात!

जगात चिरंतन धर्म एकच आहे- भक्ती-प्रीती! भीती किंवा शक्ती हा नव्हे.

■

दोन देव

एका पर्वताच्या शिखरावर त्या दोघांची गाठ पडली. पहिला देव म्हणाला, ''नमस्ते बंधो!''

दुसऱ्या देवाने- कलिपुरुष या नावानेच सर्व त्याला पूर्वी ओळखीत असत- हू की चू सुद्धा केले नाही.

पहिला देव म्हणाला,

''भाई, तुझं आज काहीतरी बिनसलेलं दिसतंय! काय झालंय तुला इतकं चिडायला?''

कली रागाने उद्गारला,

''काय झालंय? काय व्हायचं राहिलंय? हल्ली एक नवाच गोंधळ सुरू झालाय जगात! जो तो तुझ्या नावानं मला हाक मारतो- माझं कली हे सुंदर नाव विसरायला लागले आहेत सारे लोक! जो तो मी तुझ्यासारखाच एक देव आहे, असे मानून माझ्याशी वागतो! मला मुळीच आवडत नाही हे!''

देव हसत म्हणाला,

''माझ्यावरही हीच आपत्ती आलीय बाबा! हल्ली कितीतरी लोक मला देव न मानता कली मानू लागले आहेत. जो तो तुझ्या नावानं हाक मारतो मला!''

''मनुष्यप्राणी महामूर्ख आहे!'' असे पुटपुटत कली त्या पर्वतशिखरावरून चालता झाला.

■

सत् आणि असत् यांच्या बाह्य स्वरूपात नेहमीच विलक्षण साम्य असते! सारख्या चेहऱ्याच्या दोन जुळ्या भावांशी संबंध आला, म्हणजे हा तो की तो हा हे ओळखताना मनुष्य सहज गोंधळून जातो, तशीच चिरंतन प्रेरणा आणि क्षणभंगुर वासना यांच्यातल्या वरवर दिसणाऱ्या सारखेपणामुळे जीवनमूल्ये निश्चित करताना मानवता भांबावून जाते. ऋषिवेषाने येऊन सीतेला पळवून नेणाऱ्या रावणाप्रमाणे काम हा अनेकदा प्रेमाच्या नावाखाली जगात धिंगाणा घालीत सुटलेला दिसतो. उलट त्यागाला तयार असलेल्या प्रेमाचा कामुक म्हणून धिक्कार झाल्याची उदाहरणेही जगात तितकीच विपुल आढळतात. भावना कुठली आणि वासना कुठली हे ओळखण्याची सूक्ष्म दृष्टी अजून सामान्य मनुष्याला आलेली नाही. उद्दाम वासनेने कोमलपणाचा आव आणला, की सात्त्विक भावना म्हणून तिची संभावना होते आणि सालस भावनेने थोड्याशा आडदांडपणाने आत्माविष्कार केला, की लगेच जगाकडून तिच्यावर वासनेचा शिक्काछाप बसतो! गंभीर चेहऱ्याची व्यभिचारी स्त्री पतिव्रता वाटावी आणि हसऱ्या मुद्रेची पतिव्रता व्यभिचारिणी मानली जावी, तशातलाच प्रकार आहे हा. जग बाह्यरूपाला भुलते. एवढेच नव्हे, तर अनेकदा त्याच्यावरूनच माणसाच्या अंत:करणाची आणि योग्यतेची ते पारख करीत सुटते.

काम आणि प्रेम यांच्याप्रमाणे क्रोध आणि शौर्य, लोभ आणि पराक्रम, मत्सर आणि प्रामाणिक टीका, मद आणि आत्मविश्वास व मोह आणि सेवा यांच्यातही बाह्य स्वरूपाचे विलक्षण साम्य आहे. मानवी जीवनाचा प्रवाह अद्यापिही अतिशय गढूळ आहे, याचे कारण या साम्यामुळे होणारी दिशाभूल हेच आहे. केवळ मत्सराने प्रेरित होऊन व्यक्तीवर किंवा ग्रंथावर टीका करणारा मनुष्य आजच्या जमान्यात सहज स्पष्टवक्ता किंवा सत्योपासक ठरू शकतो. उलट लोकांच्या पचनी न पडणारी कटुसत्ये सांगणारावर मत्सराचा आरोप ठेवून त्याच्या सत्याला असत्याचे स्वरूप देणे हा सद्सद्विवेकबुद्धी नसलेल्या माणसाच्या हातचा मळ होऊन बसतो. आईबापांची किंवा बायका-मुलांची ढाल पुढे करून देशसेवा किंवा समाजसेवा यांच्याकडे पाठ फिरविणारे लोक आपल्या दुबळेपणाला कुटुंबसेवा हे सात्त्विक नाव देतात! पण बहुधा तो सुखाचा- मुख्यत: शरीरसुखाचा- मोह असतो.

या रूपककथेत मानवी जीवनाला मार्गदर्शक असे अत्यंत महत्त्वाचे तत्त्व लेखकाने सूचित केले आहे. माणसे काय, पुस्तके काय किंवा तत्त्वे काय, कुणाचाही बरेवाईटपणा बाह्यरूपावरून ठरविणे अत्यंत घातक आहे. या पद्धतीत फसवणूक होण्याचाच संभव फार. मानव हा मूलत: स्वार्थी आणि सुखलोलुप असल्यामुळे सत् आणि असत् या दोघांतले अंतर ओळखायला त्यांचे नुसते चेहरे पाहून चालणार नाही. प्रत्येक वेळी त्यांच्या आत्म्यांचीच ओळख करून घ्यायला हवी!

महत्त्वाकांक्षा

एके दिवशी एका गुत्त्यावर तीन माणसांची गाठ पडली.
त्यातला पहिला होता कोष्टी, दुसरा होता सुतार आणि तिसरा
होता शेतकरी.

कोष्टी म्हणाला,

"आज एक सुरेख मलमलीचं प्रेतवस्त्र मी दोन मोहरांना विकलं.
माझ्या आयुष्यातला सोन्याचा दिवस आहे हा! अगदी हवी
तेवढी दारू पिऊ या आपण आज."

सुतार म्हणाला,

"सर्वांत सुंदर अशी जी प्रेतपेटी माझ्यापाशी होती, ती आज
खपली! अशा आनंदाच्या वेळी नुसती दारू प्यायची? ऊं!
दारूबरोबर चांगली जाड जाड भाजलेली रोटी हवी बुवा
आपल्याला!"

शेतकरी म्हणाला,

"मला फक्त खड्डा खणायचं काम मिळालं आज! पण माझ्या
मालकानं दुप्पट पैसे दिले मला! चपात्या नि गुळंबासुद्धा घेऊ
या आपण!"

त्या दिवशी संध्याकाळी त्या गुत्त्यात एकसारखी गडबड सुरू
होती. ही तीन गिऱ्हाइके पुन्हा पुन्हा दारू, मांस आणि चपात्या
मागवित होती! मोठ्या मजेत चालले होते त्यांचे खाणेपिणे!
गुत्त्याचा मालक आनंदाने दोन्ही हात एकमेकांवर चोळीत आणि

आपल्या कारभारणीकडे पाहत हसत होता! आज तो मोठ्या खुशीत होता. मोकळ्या मुठीने पैसे खर्च करणारी तीन गिऱ्हाइके मिळाली होती त्याला आज!

ते तिघे जायला उठले, तेव्हा चंद्र आकाशात बराच वर आला होता. तिघेही गात गात आणि आरडाओरड करीत रस्त्याने जाऊ लागले.

गुत्त्याचा मालक आणि त्याची बायको आपल्या दुकानाच्या दारात उभी राहून हळूहळू अंधूक होत जाणाऱ्या त्यांच्या आकृत्यांकडे पाहत होती.

शेवटी बायको उद्गारली,

"किती छान गिऱ्हाइकं होती ही! मोठी रंगेल आणि उदार! दररोज आपलं नशीब असंच उगवलं, तर मोठी मौज होईल. मग आपल्या बाळाला काही गुत्तेवाल्याचा धंदा करून रोज मरमर मरायला नको! त्याला खूपखूप शिकवायला पैसा मिळेल आपल्याला आणि आपला लाडका लेक उद्या मोठा जाडा पंडित होईल- धर्मोपदेशकसुद्धा होईल तो! ऐकलं ना?"

■

आजच्या समाजरचनेत एकाचे सुख हे दुसऱ्याच्या दुःखावरच कसे उभारले गेले आहे, हे या कथेत मोठ्या मजेदार रितीने दिग्दर्शित झाले आहे. गावात कुणीतरी मनुष्य मरण पावतो. त्यामुळे कोष्टी आणि सुतार यांचा प्रेतवस्त्र व प्रेतपेटी हा माल भारी दराने खपतो. शेतकऱ्याला खड्डा खणायचे काम मिळून चांगली प्राप्ती होते. हा पैसा घेऊन ते तिघे गुत्त्यात येतात. आज मृत्यू त्यांचा बडा दोस्त झालेला असतो. केवळ त्याच्या कृपेमुळेच मनसोक्त मजा मारण्याइतका पैसा या तिघांच्या हातात घोळू लागलेला असतो.

अशी बेफाम खाणारीपिणारी गिऱ्हाइके मिळाल्यामुळे गुत्तेवाल्याला स्वाभाविक आनंद होतो. आज एक मनुष्य मरण पावला नसता, तर आपली अशी तडाखेबंद विक्री झाली नसती, हा विचार तो तरी कशाला करतो?

मानवी जीवनातला विलक्षण विरोध दर्शविण्याच्या दृष्टीने लेखकाने

गुत्तेवाल्याच्या बायकोच्या तोंडी जे उद्गार घातले आहेत, ते सहानुभूती व टीका यांचे सुंदर मिश्रण करणाऱ्या कलेचे द्योतक आहेत. या बाईची एकच इच्छा असते- आपल्या मुलाने बापाचाच धंदा चालवीत जन्मभर रखडत राहू नये. त्याला पुष्कळ शिकायला मिळावे आणि शिकून तो बडा मनुष्य व्हावा, असे तिला एकसारखे वाटत असते. तिच्या या इच्छेत अस्वाभाविक असे काय आहे? प्रत्येक आई आपल्या मुलाविषयी अशीच मनोराज्ये करीत असते. पण गुत्तेवाल्याच्या मुलाला शिक्षणाला हवा असलेला पैसा मिळायचा, म्हणजे गुत्ता जोरात चालायला हवा! गुत्त्यात जितकी अधिक माणसे येतील आणि ती जितकी चिकार पितील, तितका हिच्या मुलाला उच्च शिक्षण मिळण्याचा संभव अधिक. आपल्या दुकानात दारू प्यायला आलेल्या माणसांना मिळालेल्या पैशाच्या पाठीमागे मृत्यू उभा आहे किंवा भरपूर नशापाणी करून घरी गेल्यावर ही माणसे आपल्या बायकापोरांना जीव अगदी नकोनकोसा करून टाकणार आहेत, ही गोष्ट तिच्या लक्षातच येत नाही. मग असल्या विचाराने तिचे मन अस्वस्थ होण्याची गोष्ट दूरच राहिली! तिला फक्त एक साधी-सरळ गोष्ट दिसते. खाऊन पिऊन मजा करणारी गिऱ्हाइके दररोज आपल्या गुत्त्यात आली, की आपल्या मुलाचे शिक्षण पूर्ण व्हायला काडीचीही अडचण पडणार नाही आणि या दारूबाज गिऱ्हाइकांकडून मिळणाऱ्या पैशाच्या बळावर ती त्याला जे शिक्षण देणार आहे, ते काही निव्वळ पोटभरूपणाचे नाही. ती त्याला शास्त्री, पंडित, नाही तर धर्मोपदेशक करणार आहे.

साम्राज्यविस्ताराइतकी व्यक्तीची सात्त्विक आकांक्षासुद्धा अमानुष ठरावी, अशीच आजच्या जगातली समाजरचना आहे!

■

ईश्वर

फार फार जुनी गोष्ट आहे ही!
मला नुकते कुठे बोलता येऊ लागले होते तेव्हा!
मी ईश्वराचे निवासस्थान असलेल्या पवित्र पर्वतावर गेलो आणि
त्याला म्हणालो,
''प्रभो, मी तुझा दास आहे. तुझी सुप्त इच्छा हाच माझा धर्म
आहे. मी आमरण तुझ्या आज्ञेत राहीन.''
ईश्वर काहीच बोलला नाही. एखाद्या सोसाट्याच्या वादळाप्रमाणे
तो निघून गेला.

एक हजार वर्षांनी मी पुन्हा त्या पवित्र पर्वतावर गेलो आणि
ईश्वराला म्हणालो,
''परमेश्वरा, मी तुझी सृष्टी आहे... मातीतून माझी मूर्ती तूच
निर्माण केली आहेस. देवाधिदेवा, माझं सर्वस्व तुझंच आहे.''
ईश्वराने काहीच उत्तर दिले नाही. हजारो वेगवान पंख असलेल्या
एखाद्या पक्ष्याप्रमाणे तो भुर्रकन दृष्टीआड झाला.

पुन्हा हजार वर्षांनी मी त्या पवित्र पर्वतावर गेलो आणि
ईश्वराला म्हणालो,
''तात, मी तुझा पुत्र आहे. दया आणि प्रेम यांनी प्रेरित होऊन
तू मला जन्म दिला आहेस. प्रीती आणि पूजा यांच्या

आधारानेच मला तुझ्या राज्याचा वारसा मिळेल.''

ईश्वर मुकाच राहिला. दूर दूर दिसणाऱ्या टेकड्यांना
आच्छादणाऱ्या धुक्याप्रमाणे तो नाहीसा झाला.

पुन्हा हजार वर्षांनी मी त्या पवित्र पर्वतावर गेलो आणि
ईश्वराला म्हणालो,

''माझ्या देवा, माझी इच्छा तूच आणि तिची सफलताही तूच.
मी तुझं कालचं रूप आहे आणि तू माझं उद्याचं स्वरूप आहेस.
मी तुझं पृथ्वीच्या पोटात असलेलं मूळ आहे आणि माझं
आकाशात उंच जाऊन हसणारं फूल तू आहेस. सूर्यप्रकाशात
आपणा दोघांचाही विकास होत आहे.''

हे ऐकून किंचित वाकून माझ्या कानात देवाधिदेव गोड गोड
शब्द कुजबुजला. आपल्याकडे धावून येणाऱ्या निर्झराला समुद्र
ज्याप्रमाणे आपल्या मिठीत घेतो, त्याप्रमाणे त्याने मला जवळ
घेतले.

मग पर्वतशिखरावरून मी खाली मैदानात आलो आणि तिथून
खोल दऱ्यांत उतरलो.

आता तिथेही ईश्वर माझ्याबरोबर होताच!

देव भक्तीचा भुकेला असतो, अभिमानापेक्षा सेवेच्या भावनेनेच तो
वश करून घेता येतो, हा सर्व साधुसंतांचा अनुभवच या कथेत चित्रित
केला गेला आहे. कथेचा शेवट सुंदर आणि सूचक; पण अत्यंत
अर्थपूर्ण करण्याचे लेखकाचे कौशल्य पाहण्याजोगे आहे.

महासागर

एके दिवशी माझा आत्मा आणि मी समुद्रावर स्नान करण्याकरता गेलो. वाळवंटात गेल्यावर स्नानाकरिता निवांत असा एकांत आम्ही शोधू लागलो.

चालता चालता आम्हाला एका करड्या रंगाच्या खडकावर बसलेला एक मनुष्य दिसला. तो आपल्या हातातल्या पिशवीतून चिमटीचिमटीने मीठ काढीत होता आणि ते समुद्रात टाकीत होता.

माझा आत्मा म्हणाला,

'नैराश्यवादी म्हणतात, तो हा! चल, आपण इथून दूर जाऊ या! इथं आपल्याला स्नान करणं अशक्य आहे!'

आम्ही पुढे चाललो. चालत चालत एका खाडीच्या तोंडापाशी आम्ही आलो. तिथे एका पांढऱ्याशुभ्र खडकावर बसलेला एक मनुष्य आम्हाला दिसला. त्याच्या हातात एक रत्नजडित पेटी होती. तिच्यातून पुनःपुन्हा साखर काढून तो ती समुद्रात टाकीत होता.

माझा आत्मा म्हणाला,

'हा आशावादी! आमची उघडी अंगे याच्याही दृष्टीला पडता कामा नयेत.'

पुन्हा आम्ही पुढे चालू लागलो.

चालता चालता समुद्रकाठावर बसलेला एक मनुष्य आम्हाला

दिसला. मेलेले मासे मोठ्या प्रेमाने उचलून तो ते हळूच परत
पाण्यात सोडीत होता.

माझा आत्मा उद्गारला,

'याच्यासमोरही आपल्याला स्नान करता येणार नाही! हळव्या
मनाचा भूतदयावादी आहे हा!'

आम्ही पुढे चाललो.

मग आम्हाला जो मनुष्य दिसला, तो वाळूवर आपल्याच
सावलीचे चित्र रेखाटीत होता. मोठमोठ्या लाटा खळबळत पुढे
येत आणि त्याच्या रेषा क्षणार्धात पुसून टाकीत, पण पुन:पुन्हा
ते स्वत:चे चित्र रेखाटण्याचा त्याचा उद्योग आपला चालू
होताच!

माझा आत्मा म्हणाला,

'हा गूढ अध्यात्मवादी आहे! चल, आपण पुढं जाऊ या!'

आम्ही पुन्हा चालू लागलो. चालता चालता आम्ही एका प्रशांत
लहान खाडीपाशी आलो. तिथे एक मनुष्य एका पळीने
समुद्रावरला फेस गोळा करून तो एका पांढऱ्या दगडी
कमंडलूत साठवून ठेवीत होता.

माझा आत्मा म्हणाला,

'हा ध्येयवादी! आमची उघडी अंगं याच्याही दृष्टीला पडणं इष्ट
नाही!'

पुन्हा आम्ही पुढे चालू लागलो. एकदम उच्च स्वरात उच्चारलेले
खालील शब्द आमच्या कानांवर पडले,

"हा पाहा समुद्र- अनंत आणि विशाल सागर म्हणतात, तो
हाच!"

हे ओरडून सांगणाऱ्या त्या मनुष्यापाशी आम्ही पोहोचलो, तेव्हा
तो समुद्राकडे पाठ फिरवून, कानाशी धरलेल्या एका
शिंपल्यातली अस्फुट गुणगुण ऐकण्यात दंग झालेला आम्हाला
दिसला!

लगेच माझा आत्मा म्हणाला,

'आपण पुढं जाऊ या. वास्तववादी म्हणतात, तो हा! संपूर्ण
जीवनाचा विचार करण्याची आपली अपात्रता लपविण्याकरता

त्याचा एक इवलासा तुकडा घेऊन त्यातच रमून जाणारा हा गृहस्थ आहे!'

त्याला सोडून आम्ही पुढे जाऊ लागलो. जाता जाता खडकामधल्या गवत वाढलेल्या एका जागी वाळूत आपले डोके खुपसून बसलेला एक मनुष्य आमच्या दृष्टीला पडला.

मी माझ्या आत्म्याला म्हणालो,

'आपणाला इथं स्नान करायला हरकत नाही. कारण आपण काही याच्या दृष्टीला पडणार नाही!'

माझा आत्मा उद्गारला,

'छे! छे! अतिशय भयंकर प्राणी आहे हा! पावित्र्यवादी म्हणतात, तो हा!'

आता मात्र माझ्या आत्म्याच्या मुद्रेवर दुःखाची गडद छाया पसरली.

त्याच्या स्वरातूनही उदासीनता जाणवू लागली.

तो म्हणाला,

'आपण इथून दूर जाऊ या. आपणाला स्नान करता येईल, असा शांत निवांत एकांतच नाही इथं कुठं! इथल्या वाऱ्यानं माझे सोनेरी केस उडवावेत किंवा माझा उघडा देह इथल्या प्रकाशाच्या दृष्टीला पडावा, अशी माझी इच्छा नाही!'

मग आम्ही दोघेही समुद्र मागे टाकून महासागराचा शोध करण्याकरता निघालो.

■

या सुंदर कल्पकतापूर्ण कथेत मनुष्य अंध आत्मनिष्ठेने आणि एकांगी विचारसरणीने जीवनाच्या विशालतेला, वैचित्र्याला आणि सत्य ज्ञानाला कसा पारखा होतो, याचे लेखकाने सुरस आणि सविस्तर वर्णन केले आहे. जगातली दुःखे जीवनात नाहीत, त्या जीवनाकडे संकुचित दृष्टीने पाहणाऱ्या मानवी मनात आहेत, हे मार्मिक रीतीने सांगताना त्याने प्रगट केलेल्या टीकाशक्तीची व कल्पनाविलासाची अमर वाङ्मयात गणना झाल्याशिवाय राहणार नाही!

■

दोन शब्द

जिब्रानच्या रूपककथा व कविता यांच्यातली सीमारेषा निश्चित करणे मोठे कठीण आहे. त्याच्या काही कथा कवितांसारख्या वाटतात; काही कविता गोष्टींसारख्या भासतात. 'सात आत्मे' या पुढे दिलेल्या कवितेचा या दृष्टीने उल्लेख करायला हरकत नाही. 'तीन मुंग्या' या रूपककथेसारखीच ही संवादरूपाने लिहिलेली गोष्ट आहे, असे एखाद्याने म्हटले, तर तंत्रदृष्ट्या त्याचे म्हणणे बरोबर ठरेल. पण मी या पुस्तकातल्या लिखाणाचे जे वर्गीकरण केले आहे, त्यात रचनापद्धतीला आणि बाह्यस्वरूपाला महत्त्व नाही. लिखाणाच्या अंतरंगाकडे आणि परिणामाकडे पाहण्याचा मी प्रयत्न केला आहे. जिथे जिथे जिब्रान आपल्या अनुभूतींचा नाट्यात्मक आविष्कार करतो, तिथे तिथे त्या कथांचे स्वरूप धारण करतात, असे सामान्यत: म्हणायला हरकत नाही. अशा कथा या पुस्तकाच्या पहिल्या भागात समाविष्ट झाल्या आहेत. या दुसऱ्या भागात ज्यांना कविता म्हणता येतील, अशी सर्व प्रकरणे दिली आहेत. या सर्व लिखाणातून जिब्रानच्या तत्त्वज्ञानाला आधारभूत असलेल्या त्याच्या एका अत्यंत आवडत्या कल्पनेचे आपल्याला पुन:पुन्हा दर्शन होते. ती म्हणजे, माणसाचा आत्मा निसर्गत: मुक्त आहे, पण दुबळ्या दैनंदिन जीवनात आणि जगाच्या क्षुद्र व बहिर्मुख व्यवहारात हा आत्मा बंदिवान होऊन पडतो, ही होय! साहजिकच हा बद्ध आत्मा जगाला मान्य असणारे निरनिराळे मुखवटे आपल्या तोंडावर चढवीत जातो. सत्याचा प्रकाश त्याला सहन होत नाही. रूढींच्या, संकेतांच्या,

दुबळेपणाच्या, गुलामगिरीच्या, एक ना दोन असल्या हजार प्रकारच्या शृंखलांनी तो जखडला जातो. पुढे पुढे तर या शृंखला हेच आपले अलंकार आहेत, असे त्याला वाटू लागते. माणसाच्या या ढोंगी जीवनाचा आणि अध:पाताचा जिब्रान कट्टर शत्रू आहे. मानवाचा मुक्त आत्मा हा त्याचा आदर्श आहे.

जिब्रानची चरित्रकार बार्बरा यंग हिने नमूद केलेल्या अगदी साध्या साध्या प्रसंगांवरूनसुद्धा त्याच्या या उत्कट कविमनाची आपल्याला प्रचिती येते. बाळपणीदेखील वादळे त्याला फार आवडत. वादळ सुरू झाले, की त्याचे मन आनंदाने नाचू लागे! पुढे तो म्हणे,

'वादळ माझ्या अंतरंगाला मुक्ततेचा आनंद देते. सर्व शृंखला गळून पडल्या, बंधने नाहीशी झाली, अशा भावनेने वादळ पाहताना माझे मन भरून जाते.'

दुसरीही गोष्ट अशीच आहे.

एके दिवशी धो धो पाऊस पडत होता. त्या पर्जन्यधारा आपल्याला खेळायला बोलावीत आहेत, अगदी आपले नाव घेऊन आपल्याला हाका मारीत आहेत, असे छोट्या जिब्रानला वाटले. अंगावरले सारे कपडे काढून स्वारीने ते फेकून दिले आणि मच्छरदाणीत मुलाने लपून बसावे, त्याप्रमाणे त्या मुसळधार पावसात ही चिमुकली मूर्ती दिसेनाशी झाली.

शेवटी त्याची आई आणि दाई या दोघींनी त्याला शोधून पकडले, घट्ट धरून ओढीत घराकडे आणले आणि तिथे डांबून ठेवले.

निसर्गाची आणि भव्यतेची ओढ हा जिब्रानच्या काव्याचाच नव्हे, तर तत्त्वज्ञानाचाही एक मोठा भाग आहे. प्रत्येक अनैसर्गिक गोष्टीची त्याला चीड येते; मग ती कृत्रिमता दोन व्यक्तींच्या प्रेमबंधनातली असो, अथवा एका वर्गाला धनवान बनवून दुसऱ्याला कफल्लक करणाऱ्या समाजरचनेतली असो! मुक्त आत्म्याचा उद्गार हाच मानवी जगातला सर्वश्रेष्ठ कायदा असला पाहिजे, असे त्याला वाटते. जगातल्या सर्व गोष्टींचे मूल्यमापन या कायद्याच्या अनुरोधाने झाले, तर अनेक दु:खे नाहीशी होतील, अशी त्याची श्रद्धा आहे.

एके ठिकाणी जिब्रान म्हणतो,

'मानवाचा आत्मा दिक्कालाहून मोठा आहे, सागराहून गंभीर आहे, तारकांपेक्षा उत्तुंग आहे.'

या आत्म्याचे सत्य स्वरूप कसे दूषित होते, ते बदलून त्याला विकृत रूप कसे दिले जाते, या विकृतीमुळे जगात किती सोंगे-ढोंगे आणि आपत्ती-विपत्ती निर्माण होतात, हे आपल्या गूढरम्य आणि काव्यमय शैलीने या कवितांत त्याने चित्रित केले आहे. 'वेडा' या प्रकरणात आत्म्याचे सत्य स्वरूप प्रगट होताच 'रस्त्यातले अनेक स्त्री-पुरुष मला पाहून हसू लागले. काहींना माझी भीती वाटली. ते झटकन आपापल्या घराकडे धावत गेले.' असे जिब्रान वर्णन करतो. जगात उघड्या-नागड्या सत्याचे सहसा स्वागत होत नाही. असले सत्य कित्येकांना हास्यास्पद वाटते. बाकी उरलेल्या लोकांना ते भीतिप्रद भासते. जिब्रानने हा अनुभव मोठ्या मार्मिक रीतीने वर्णन केला आहे. सत्याचा उपासक होणारा मुक्त आत्मा जगाच्या दृष्टीने वेडा ठरतो! म्हणून जिब्रानने या कवितांतून वारंवार त्या वेड्याच्या अंतरंगाची, त्याच्या तीव्रतेची आणि तळमळीची, त्याच्या शक्तीची आणि भक्तीची विविध वर्णने केली आहेत. 'रात्र आणि वेडा' या कवितेतला संवाद मोठा कल्पकतापूर्ण असून, मुक्त आत्म्याविषयीच्या जिब्रानच्या विचारांवर प्रकाश टाकणारा आहे. अशा आत्म्याचे विशाल पर्वत किंवा गंभीर सागर हेच मित्र होऊ शकतात! 'उत्कट इच्छा' ही कविता याच कल्पनेच्या पार्श्वभूमीवर उभारलेली आहे. माणसाचे बाह्यस्वरूप आणि अंत:स्वरूप यातले अंतर 'चेहरे' व 'सात आत्मे' या दोन्ही प्रकरणांत दिग्दर्शित झाले आहे.

'माझा आनंद', 'माझे दु:ख' आणि 'पूर्ण जग' या तिन्ही कविता एकत्र वाचल्या पाहिजेत. व्यक्ती आणि जग यांच्या संबंधांवर जिब्रानने त्यात टाकलेला प्रकाश मोठा विदारक आहे. 'माझा मित्र' ही कविता मनुष्याच्या अंतरंगातल्या चिरंतन संघर्षावर उभारलेली आहे. 'पराभव' हे एक नावीन्यपूर्ण स्तोत्र आहे. विजयाची गीते सर्वच कवी गातात. पण विजयाचा उन्माद माणसाच्या अध:पाताला कारणीभूत होतो, तो त्याची विकासाची शक्ती मर्यादित करतो, हे जिब्रान जाणतो. 'आपल्यातले जे जे चैतन्यहीन होत जाईल, ते ते पुरून टाकण्याकरिता आपण बरोबरीने खड्डे खणू' असे कवी आपल्या पराजयाला मोठ्या उत्साहाने म्हणतो. जीवनाच्या पावित्र्याच्या आणि प्रभाविततेच्या दृष्टीने यात किती खोल अर्थ भरला आहे!

'वधस्तंभावर' ही कविता जिब्रानने ख्रिस्ताला उद्देशून लिहिली असली, तरी ती वाचताना आजच्या हिंदी माणसांना- किंबहुना साऱ्या जगाला- गांधीजींची आठवण झाल्याशिवाय राहणार नाही. 'मी वधस्तंभावर हसत होतो, एवढेच तुम्ही लक्षात ठेवा. त्याग, प्रायश्चित्त, कीर्तीची लालसा यापैकी कुठल्याही हेतूने मी प्रेरित झालेलो नाही. माझा कुणीही अपराध केलेला नाही. माझे रक्त काढून मला प्यायला द्या म्हणून मी तुम्हाला विनंती केली, कारण वेड्याची तहान त्याच्या स्वतःच्या रक्तानेच शांत होत असते.' ही या कवितेतली वाक्ये किती अर्थपूर्ण आहेत! उच्च ध्येयाकरिता स्वतःचे बलिदान करीत आलेल्या जगातल्या असंख्य हुतात्म्यांचे आणि महात्म्यांचे जणू काही मोजक्या शब्दांत जिब्रानने हे स्मृतिमंदिरच उभारले आहे.

जिब्रानच्या कविताच काय, पण कथासुद्धा थोड्या-फार गूढ असतात, हे खरे आहे. पण गूढता म्हणजे क्लिष्टता नव्हे आणि अर्थशून्यता तर नव्हेच नव्हे! विशाल कल्पकतेमुळे त्याच्या या गूढतेला अपूर्व रम्यतेची जोड मिळाली आहे. या गूढरम्य प्रतिभेचा आविष्कार विशिष्ट शैलीनेच व्हावा, हे स्वाभाविक आहे. ही शैली अल्पविस्तर, पण बव्हर्थ आहे. जिब्रान आपल्या आईविषयी म्हणे,

'ती असंख्य काव्ये जगली. पण तिने एकसुद्धा कविता कधी लिहिली नाही... मातेच्या हृदयात जे गाणे मूकपणे वावरत असते, तेच मुलांच्या ओठांवर नाचत राहते.'

अशा प्रकारची उद्गारपद्धती अंगवळणी पडून गेलेल्या श्रेष्ठ कवीच्या आत्म्याचे सारे सौंदर्य त्याच्या वाणीच्या पृष्ठभागावर चमकत असावे, अशी आपण अपेक्षा करणे चुकीचे नाही काय? समुद्राच्या लाटांवर फक्त फेस तरंगत असतो, पण त्याच्या खोल अंतरंगात मौक्तिकांनी भरलेले शिंपले असतात. ते पाणबुड्यांच्याच हाती लागतात.

१५-११-४८
शाहुपुरी,
कोल्हापूर

वि. स. खांडेकर

भाग दुसरा

काव्य

वेडा

मी वेडा कसा झालो, हे तुम्हाला ऐकायचे आहे ना?
ते असे झाले... एके दिवशी- तेव्हा कितीतरी देवांचा जन्मसुद्धा झाला नव्हता. मी गाढ निद्रेतून जागा झालो. माझी सर्व मुखवस्त्रे चोरीला गेली आहेत, असे मला आढळून आले. सात जन्मांत मी बनविलेले आणि वापरलेले माझे सात बुरखे होते ते! माणसांनी गजबजलेल्या या रस्त्यांतून मी उघड्या चेहऱ्याने ओरडत धावू लागलो. मी ओरडत होतो,
"चोर, चोर... लुच्चे... लबाड... चोर कुठले!"
रस्त्यातले अनेक स्त्री-पुरुष मला पाहून हसू लागले. काहींना माझी भीती वाटली. ते झटकन आपापल्या घराकडे धावत गेले.
असा ओरडत, धावत मी बाजारात गेलो. मला पाहून आपल्या घराच्या गच्चीतून एक तरुण ओरडला,
"तो पाहा, तो पाहा वेडा रस्त्यानं ओरडत चालला आहे."
त्याला पाहण्याकरिता मी आपली नजर वर वळविली. सूर्याने उभ्या आयुष्यात पहिल्यांदाच माझ्या उघड्या चेहऱ्याचे चुंबन घेतले. त्याच्याविषयीच्या प्रीतीने माझा आत्मा काठोकाठ भरून गेला. आपल्याला कुठल्याही बुरख्याची आता जरुरी नाही, असे मला वाटू लागले. जणू काही समाधी लागल्यासारखी होऊन मी मोठ्याने उद्‌गारलो,

"ज्यांनी माझे बुरखे चोरले, ते धन्य आहेत."
असा मी वेडा झालो. या वेडेपणामुळे मला स्वातंत्र्य आणि
सुरक्षितता ही दोन्ही लाभली आहेत. या स्वातंत्र्यामुळे आता मी
एकटा- अगदी एकटा राहू शकतो. इतरांना माझे मनोगत
समजू शकत नाही. त्यामुळे मी आता सुरक्षित झालो आहे.
ज्यांना आपले म्हणणे पूर्णपणे समजते, ते तेवढ्यापुरते
आपल्याला गुलाम करून सोडीत असतात.
पण या सुरक्षितपणाचाही मी फाजील अभिमान बाळगता कामा
नये.
तुरुंगातला एक कैदीसुद्धा दुसऱ्या कैद्यापासून सुरक्षित असतोच
की!

■

रात्र आणि वेडा

हे रात्री, मी थेट तुझ्यासारखा आहे- कृष्ण आणि नग्न! माझ्या दिवास्वप्नांच्या मार्गाहून कितीतरी वर असलेल्या अग्निपथावरून मी चालतो.

जेव्हा जेव्हा माझ्या पावलाचा स्पर्श या पृथ्वीला होतो, तेव्हा तेव्हा तिथे एक विशाल वटवृक्ष निर्माण होतो.

छे! वेड्या, तू माझ्यासारखा नाहीस! मागे पडलेल्या वाळवंटात आपल्या पावलाचा किती मोठा ठसा उमटला आहे, हे तू अजूनही पुन:पुन्हा वळून पाहतोस!

हे रजनी, मी तुझ्यासारखाच आहे- शांत आणि गंभीर. माझ्या एकांताच्या हृदयात एक देवता प्रसूतिवेदनांचा अनुभव घेत आहे. तिच्या पोटी जन्माला येत असलेल्या जिवाच्या ठिकाणी स्वर्ग व नरक यांची भेट होत आहे.

छे! वेड्या माणसा, तू माझ्यासारखा नाहीस! दु:खाचे दर्शन झाले, की अजून तुझा थरकाप होतो, नरकाचे गीत तुला अद्यापि भयभीत करून सोडते.

हे निशादेवी, मी तुझ्यासारखाच आहे. स्वैर आणि भयंकर! जित राष्ट्रांची आक्रंदने आणि विस्मृत देशांकरिता निघणारे नि:श्वास माझ्याही कानांत घोंघावत आहेत.

नाही वेड्या, तू मुळीच माझ्यासारखा नाहीस! स्वत:चा क्षुद्र आत्मा हा अजून तुला आपला सोबती वाटतो. आपल्या

विशाल आत्म्याशी तुला मैत्री करता येत नाही.

हे रात्री, मी तुझ्यासारखाच आहे. क्रूर आणि पाहणाराच्या मनात धाक निर्माण करणारा! समुद्रावर जळणाऱ्या जहाजांच्या प्रकाशाने माझे हृदय उजळले आहे आणि रणांगणात मारल्या गेलेल्या वीराच्या रक्ताने माझे ओठ रंगलेले आहेत.

छे! वेड्या, तू माझ्यासारखा नाहीस! आपल्यासारख्या आत्म्याच्या सोबतीची इच्छा अजून तुझ्या मनात प्रबळ आहे, स्वतःचे नियमन स्वतः करण्याची शक्ती तुझ्यात नाही.

हे यामिनी, मी तुझ्यासारखाच आहे. आनंदी आणि प्रफुल्ल! माझ्या छायेत राहणारा माझा मित्र अगदी नवीन अशा मदिरेने धुंद झाला आहे आणि माझ्या पावलावर पाऊल टाकून येणारी मैत्रीण मोठ्या मौजेने पाप करीत आहे.

अं हं! वेड्या, तू माझ्यासारखा नाहीस. सात पदर असलेल्या बुरख्याआड तुझा आत्मा लपलेला आहे. तुझे हृदय तुझ्या ताब्यात नाही.

हे विभावरी, मी तुझ्यासारखाच आहे. शांत आणि भावनोत्कट! शुष्क चुंबनाच्या प्रेतवस्त्रात गुंडाळलेले हजारो प्रेमी जीव माझ्या हृदयात पुरले गेले आहेत.

खरे? हे खरे आहे? खरोखरच तू माझ्यासारखा आहेस? वादळाचा घोडा करून आणि विजेची तलवार हातात धरून तू दौडत जाऊ शकतोस?

तुझ्यासारखा, हे शर्वरी, मी खरोखरच तुझ्यासारखा आहे. प्रबळ आणि उत्तुंग! धुळीला मिळालेल्या देवांच्या राशीवर माझे सिंहासन उभारले आहे. माझ्या अंगावरल्या वस्त्राचे चुंबन घेण्याकरिता दिवस माझ्या पुढूनही जातात; परंतु ते माझ्या चेहऱ्याकडे टक लावून पाहत नाहीत.

काळोखाने भरलेल्या माझ्या हृदयाच्या लाडक्या बाळा, खरोखरच तू माझ्यासारखा आहेस काय? माझ्यासारखेच अनिर्बंध विचार तुझ्या मनात येतात ना? माझी सर्वस्पर्शी भाषा तुलाही समजते ना?

होय, हे यामिनी, आपण जुळी भावंडे आहोत. तू अंतरिक्षाचे अंतरंग प्रगट करतेस. मी माझ्या आत्म्याचे अंतरंग व्यक्त करतो.

■

उत्कट इच्छा

एका बाजूला माझा भाऊ खडा उभा आहे. दुसऱ्या बाजूला माझी बहीण स्वच्छंदाने नाचत आहे. हा गिरिराज आणि ही सागरिका! या दोघांच्या मधे मी बसलो आहे.

आम्ही तिघे एकाकी असलो, तरी आमचा आत्मा एकच आहे. आम्हाला एकत्र गुंफणारे प्रेमबंधन मोठे दृढ, गाढ आणि आश्चर्यकारक आहे. माझ्या बहिणीच्या हृदयापेक्षा ते अधिक गाढ आहे. माझ्या भावाच्या सामर्थ्यापेक्षा ते अधिक दृढ आहे आणि माझ्या चमत्कारिक वेडेपणापेक्षा ते कितीतरी आश्चर्यकारक आहे!

पहिल्यावहिल्या अंधूक प्रात:काळी आम्ही एकमेकांना पाहिले. त्यानंतर युगेच्या युगे लोटून गेली आहेत. अनेक जगांचा उदय, विकास आणि लय आमच्या दृष्टीला पडली आहेत. तरीदेखील आम्ही आजही तरुण आणि उत्साहपूर्ण आहोत. आम्ही तरुण आणि उत्साहपूर्ण असलो, तरी आमचे जीवन अगदी एकलेपणाचे आहे. आम्हाला एकही सोबती नाही. आम्हाला भेटायला कुणीही येत नाही. एकमेकांच्या गळ्यात एक एक हात टाकून आम्ही युगानुयुगं इथे बसलो असलो, तरी आमचे जीवन दु:खी आहे. कोंडलेल्या इच्छा आणि दडपलेले मनोविकार यांच्यापासून कुणाला समाधान होणे शक्य आहे काय?

माझ्या बहिणीचे शयनमंदिर उजळणारा अग्निदेव कुठून बरे येईल? माझ्या भावाच्या हृदयातली आग कोणती पर्जन्यधारा शांत करणार आहे? आणि माझ्या हृदयावर अधिराज्य गाजविणारी रमणी कोण आहे?

रात्रीच्या शांत निवांत वेळी माझी बहीण झोपेत त्या अज्ञात अग्निदेवाचे नाव अर्धवट उच्चारते. माझा भाऊ त्या दूरस्थ अदृश्य जलदेवतेला हाका मारतो. पण झोपेत मी कुणाला आवाहन करतो, ते माझे मलाच कळत नाही.

गिरिराज आणि सागरिका यांच्या मधे मी बसलो आहे. आम्ही तिघे एकाकी असलो, तरी आमचा आत्मा एकच आहे. आम्हाला एकत्र गुंफणारे प्रेमबंधन मोठे दृढ, गाढ आणि आश्चर्यकारक आहे.

■

चेहरे

ज्याच्यावर भिन्न भिन्न प्रकारच्या हजार मुद्रा प्रतिबिंबित झाल्या आहेत, असा चेहरा मी जसा पाहिला आहे, तसा एखाद्या ओतीव साच्यातून काढल्याप्रमाणे दिसणारा चेहराही माझ्या दृष्टिपथात आला आहे.

ज्याच्या आतला कुरूपपणा वरच्या नट्ट्यापट्ट्यातून मला स्पष्ट दिसत होता, असा चेहरा आणि ज्याचे खरेखुरे सौंदर्य पाहण्याकरिता मला वरचा चमकदारपणा दूर करावा लागला, असा चेहरा- हे दोन्ही मी पाहिले आहेत.

ज्याच्यावर कसलाही ठसा उमटलेला नाही, असा सुरकुतलेला म्हातारा चेहरा मी जसा पाहिला आहे, तसा ज्याच्यावर सर्व अनुभव स्पष्टपणे कोरलेले आहेत, असा मुलायम चेहराही माझ्या दृष्टीला पडला आहे.

सर्व चेहरे माझ्या परिचयाचे आहेत. माझ्या स्वत:च्या दृष्टिकोनातून मी प्रत्येक चेहऱ्याकडे पाहत असतो. त्यामुळे बाह्य देखाव्याआड लपलेल्या त्यांच्या खऱ्याखुऱ्या स्वरूपाचे मला दर्शन होते.

■

सात आत्मे

रात्रीची अत्यंत शांत अशी वेळ होती ती! मी हळूहळू झोपेत गुंग होत होतो. इतक्यात माझे सात आत्मे एकत्र जमले. त्यांच्या गुजगोष्टींची कुजबुज मला ऐकू येऊ लागली.
पहिला आत्मा : इतकी वर्षे मी ह्या वेड्या मनुष्याच्या शरीरात राहिलो आहे! दिवसा त्याचे शारीरिक दुःख जागृत करायचे आणि रात्री त्याच्या मानसिक दुःखाला चालना द्यायची, यापलीकडे दुसरे काही कामच नाही मला! अगदी विटून गेलोय मी या कामाला! आता बंड करायला मी मागेपुढे पाहणार नाही.
दुसरा आत्मा : माझ्यापेक्षा तुझे नशीब कितीतरी बरे आहे, बाबा! या मनुष्याचा आनंदी आत्मा होण्याचं काम माझ्या वाट्याला आले आहे. त्याच्याबरोबर क्षणाक्षणाला मला हसावे लागते. त्याच्या आनंदाच्या घटका गाणी गाऊन मलाच साजऱ्या कराव्या लागतात आणि त्याच्या आशेने उजळलेल्या विचारांबरोबर नाचण्याकरिता माझ्या पायाला जणू काही पंखच फुटले आहेत, असे मला दाखवावे लागते. असल्या कंटाळवाण्या जीवनाविरुद्ध कुणी बंड करणे जरूर असले, तर ते मी!
तिसरा आत्मा : अहो, तुमचे माझ्याकडे लक्ष नाही, म्हणून तुम्ही असे बोलताय! प्रीतीच्या पाशांनी मी जखडला गेलो

आहे. स्वैर मनोविकार आणि अद्‌भुत इच्छा यांनी सदैव जळणारा मीच खरोखर तुमच्यापेक्षा अधिक दुर्दैवी आहे. या वेड्याविरुद्ध पहिल्यांदा जर कुणी बंड करील, तर तो माझ्यासारखा प्रणयाने गांजलेला आत्माच होय.
चौथा आत्मा : तुम्हा सर्वांमध्ये मी अधिक अभागी आहे. माझ्या वाट्याला हिडीस द्वेष आणि विनाशक तिरस्कार यांच्याशिवाय दुसरं काहीच आलेलं नाही. मी वादळासारखा आहे. नरकाच्या काळ्याकुट्ट गुहेत माझा जन्म झाला आहे. यापुढं या वेड्याची सेवा करायची नाही, असं जर कुणाला मन:पूर्वक वाटत असेल, तर ते माझ्यासारख्या आत्म्यालाच!
पाचवा आत्मा : छे! तुझ्या आधी मीच बंड करून उठले पाहिजे. विचार, कल्पना, वासना या साऱ्या गोष्टी माझ्याकडे आल्या आहेत. अज्ञात गोष्टींच्या आणि अद्यापि जगात निर्माण न झालेल्या गोष्टींच्या शोधाकरिता अविश्रांत भटकत राहण्याचा शाप मला मिळाला आहे.
सहावा आत्मा : या धडपड्या वेड्या मनुष्याच्या विरुद्ध बंड करण्याचा पहिला हक्क जर कुणाला असेल, तर तो मलाच! माझे जीवन अगदी ओके बोके आहे. अखंड कष्ट माझ्या नशिबी लिहिले आहेत. ज्याची इतरांना दया यावी, असा श्रमिक आहे मी! कष्टाळू हातांनी आणि स्वप्नाळू डोळ्यांनी मी दिवसांच्या प्रतिमा घडवितो आणि आकारहीन तत्त्वांना नवे आकार देतो.
सातवा आत्मा : तुमच्यापैकी प्रत्येकाला एक ठरलेलं काम मिळालेलं आहे. तेच तेच पुन:पुन्हा तुम्हाला करावे लागते. एवढ्यासाठी तुम्ही सारे या वेड्याविरुद्ध बंड करायला तयार झाला आहात. किती विचित्र गोष्ट ही! ज्याचे दैव निश्चित झाले आहे, असा तुमच्यासारखा आत्मा मला होता आले असते, तर किती बरे झाले असते! पण... पण मला या वेड्याच्या जीवनातलं कुठलंच काम मिळालेलं नाही. मी एक रिकामटेकडा आत्मा आहे. तुम्ही पदोपदी जीवनाची पुनर्निर्मिती करीत असताना मी एका मूक, शून्य अशा पोकळीत स्वस्थ बसलेला

असतो. मित्रांनो, आता तुम्हीच सांगा, बंड करण्याचा अधिकार कुणाला आहे? तुम्हाला की मला?

सातव्या आत्म्याचे हे शब्द ऐकून त्या सहाही आत्म्यांना त्याची मोठी कीव आली. त्यांनी सदय दृष्टीने त्याच्याकडे पाहिले. पण ते एक शब्दही बोलले नाहीत.

जसजशी रात्र अधिक गंभीर आणि प्रशांत होत गेली, तसतसे ते सहा आत्मे एकामागून एक मोठ्या आनंदाने झोपी गेले. त्यांची बंडखोरपणाची प्रवृत्ती आता पार लोप पावली होती. पण तो सातवा आत्मा मात्र जागाच होता. वस्तुजाताच्या आड लपलेल्या शून्याकडे तो टक लावून पाहत होता.

■

माझा आनंद

माझा आनंद जन्माला आला, तेव्हा त्याला बाहुपाशात
कवटाळून घेऊन मी घराच्या गच्चीवर गेलो आणि मोठमोठ्याने
हाका मारू लागलो,
'या, शेजाऱ्यापाजाऱ्यांनो, इकडे या! मला झालेला हा आनंद
पाहा. अगदी धावत या आणि सूर्यप्रकाशात हसत असणारा हा
मूर्तिमंत उल्हास पाहा.'
पण माझ्या शेजाऱ्यांपैकी एकही कौतुकाने माझ्या आनंदाला
पाहण्याकरिता आला नाही.
मला मोठे आश्चर्य वाटले.
पुढे सात महिने प्रत्येक दिवशी गच्चीवरून मी माझ्या
आनंदाच्या जन्माची शुभवार्ता घोषित करीत होतो. पण कुणीही
माझ्या बोलण्याकडे लक्ष दिले नाही. मी आणि माझा आनंद
एकटेच राहिलो. कुणीही आम्हाला भेटायला आले नाही,
एकाही माणसाने आमची चौकशी केली नाही.
माझा आनंद कंटाळून गेला. तो फिक्कट दिसू लागला.
माझ्याशिवाय दुसरे कुणीही त्याच्या सौंदर्याचे कौतुक करेना,
माझ्याशिवाय दुसरे कुणीही त्याचे प्रेमाने चुंबन घेईना!
शेवटी माझा आनंद एकटेपणाच्या दुःखाने तडफडून मरून
गेला.
आता माझ्या गत दुःखाची आठवण करतानाच मला त्या

आनंदाचे स्मरण होते. पण स्मृती हे शिशिरातल्या वृक्षावरले एक पर्ण आहे. वायुलहरींबरोबर ते क्षणभर गुंजन करते. मग मात्र त्याचा आवाज कुणालाच ऐकू येत नाही.

■

माझे दुःख

माझ्या दुःखाचा जन्म झाला, तेव्हा मी मोठ्या काळजीने त्याला वाढविले. प्रेमळ लाडकेपणाने मी त्याचे संगोपन केले.

सर्व सजीव पदार्थांप्रमाणे माझे दुःखही लहानाचे मोठे झाले. ते मोठे सुदृढ, सुंदर आणि हर्षोत्फुल्ल दिसू लागले.

आमचे दोघांचे एकमेकांवर मोठे प्रेम होते. आमच्या भोवतालच्या जगावरही आमचे प्रेम होते. कारण दुःखाचे हृदय प्रेमळ असते. त्याच्या सहवासात माझेही हृदय स्नेहशील झाले.

आमचे दोघांचे संभाषण सुरू झाले, म्हणजे दिवस कसे पंख असल्यासारखे उडून जात. आमच्या रात्री स्वप्नमालांनी वेढलेल्या असत. कारण दुःख मोठे बोलके असते. त्याच्या संगतीत मीही बोलका झालो.

आम्ही दोघे गाऊ लागलो, की शेजारीपाजारी आपापल्या खिडक्यांत येऊन बसत आणि आमची गाणी ऐकत. ती गीते समुद्रासारखी भावगंभीर होती आणि स्वर मधुर स्मृतींनी परिपूर्ण होते.

आम्ही बरोबर फिरायला जाऊ लागलो, म्हणजे लोक स्निग्ध दृष्टीने आमच्याकडे पाहत आणि निरतिशय मधुर असे शब्द कुजबुजत.

आमच्याकडे हेव्याने पाहणारेही काही लोक होते. कारण माझे दुःख उदात्त होते. त्याच्या मैत्रीचा मला अभिमान वाटत होता.

पण इतर सर्व सजीव पदार्थांप्रमाणे माझ्या दु:खालाही मृत्यू आला. आता मी एकटाच राहिलो आहे. गतस्मृतींचे चिंतन करण्यापलीकडे मला दुसरा काही उद्योग नाही.

आता मी बोलू लागलो, म्हणजे माझे शब्द माझ्या कानांना निर्जीव आणि कंटाळवाणे वाटतात. मी गाऊ लागलो, म्हणजे माझे गाणे ऐकायला कुणीही आपल्या खिडकीत येऊन बसत नाही. मी रस्त्यावरून जातो, तेव्हा माझ्याकडे कुणीही पाहत नाही.

फक्त झोपेतच मोठ्या करुण स्वराने उच्चारलेले खालील शब्द माझ्या कानांवर पडतात :

'इकडं बघा! ज्याचं दु:ख मरून गेलं आहे, असा हा मनुष्य इथं निजला आहे.'

पूर्ण जग

हे हरपलेल्या आत्म्यांच्या देवा, इतर देवांमध्ये मिसळून मला
दिसेनाशा झालेल्या देवाधिदेवा, माझे हे चार शब्द ऐकून घे.
माझ्यासारख्या वेड्या आणि भटक्या आत्म्यांवर नजर
ठेवणाऱ्या, हे सहृदय देवते, माझ्या बोलण्याकडे क्षणभर लक्ष
दे. मी अत्यंत अपूर्ण आहे. सर्व दृष्टींनी परिपूर्णतेला
पोहोचलेल्या या मानवांमध्ये मला राहावे लागत आहे.
मी मनुष्यरूपाने वावरणारा मूर्तिमंत गोंधळ आहे. पंचमहाभूतांचे
एक विचित्र मिश्रण आहे. मी या परिपूर्ण जगातून, त्याच्यात
राहणाऱ्या लोकांतून मी फिरत आहे. त्यांचे सर्व कायदेकानू
तयार आहेत. त्यांची शिस्त अगदी यंत्रासारखी आहे. त्यांच्या
विचारात विसंगती कधीच नसते. त्यांची स्वप्नेसुद्धा सुव्यवस्थित
रीतीने गुंफली जातात. ध्येयाच्या बाबतीतही नोंद, वर्गीकरण
वगैरे गोष्टी या जगात आहेत.
हे देवाधिदेवा, पूर्णतेला पोहोचलेल्या जगातले हे लोक
सद्गुणांचे मोजमाप करतात. इथे पापे जोखली जातात.
पापपुण्याच्या संधिप्रकाशात वावरणाऱ्या अगणित
अनुभूतींचीसुद्धा सदरे पाडून इथे सूक्ष्म आणि सविस्तर नोंद
केली जाते.
या जगात दिवस आणि रात्री यांचे आचाराच्या दृष्टीने
निरनिराळे विभाग केलेले आहेत. अगदी काटेकोर नियमांचे इथे

अधिराज्य आहे.

खाणे, पिणे, झोपणे, पोशाख करणे आणि मग ठरलेल्या वेळी कंटाळून जाणे...

काम करणे, खेळणे, गाणे, नाचणे आणि घड्याळाचा ठोका पडला, की अंथरुणावर स्वस्थ पडणे...

एका विशिष्ट रीतीने विचार करणे, एका मर्यादेपर्यंतच भावनाशील होणे आणि पलीकडच्या क्षितिजावर एक परिचित तारा उगवला, की विचार आणि भावना यांची रजा घेणे...

नुसत्या स्मिताने शेजाऱ्याला लुबाडणे, हात मोठ्या ऐटीत आणि डौलदारपणे हलवून देणग्या देणे, विचारपूर्वक स्तुती करणे, सावधगिरीने निंदा करणे, एका शब्दाने एखाद्या आत्म्याचा नाश करणे, एका उच्छ्वासाने एखाद्याचे शरीर जाळून टाकणे आणि दिवसाचे काम संपले, की या सर्व गोष्टींतून हात धुऊन मोकळे होणे...

शिष्टसंमत पद्धतीने प्रेम करणे, सांकेतिक रीतीने स्वतःच्या आत्म्याचे विनोदन करणे, आपल्या मोठेपणाला शोभेल, अशा पद्धतीने देवांची पूजा करणे, कावेबाजपणाने सैतानाशी कारस्थान करणे आणि मग जणू काही स्मरणशक्तीचा लोप झाला आहे, अशा रीतीने या सर्व गोष्टी विसरून जाणे...

एका विशिष्ट हेतूने कल्पना करणे, मोठ्या विचाराचे चिंतन करणे, सुखात गोडवा दाखविणे, दुःखात उदात्तता प्रदर्शित करणे आणि उद्या पेला पुन्हा भरता यावा, म्हणून तो रिकामा करणे...

हे देवाधिदेवा, या साऱ्या साऱ्या गोष्टींचे इथे दूरदृष्टीने संकल्प केले जातात. निग्रहाने त्या व्यवहारात उतरविल्या जातात. त्यांना नियमांचे बंधन असते, बुद्धीचे मार्गदर्शन असते. शेवटी नियोजित पद्धतीने त्या मारल्या जातात आणि पुरल्या जातात! आणि मानवी हृदयात त्या सर्वांची जी शांत थडगी असतात, त्यांच्यावर खुणा करून त्यांची मोजदाद केली जाते.

असे हे पूर्णत्वाला पोहोचलेले जग आहे. अलौकिक कौशल्याने नटलेले, अभूतपूर्व आश्चर्याने सजलेले! विश्वचालकाच्या

उद्यानातले सर्वांत परिपक्व झालेले फळ आहे हे! विश्वाचा हा सर्वश्रेष्ठ असा आराखडा आहे.

पण... माझ्या देवा, मला एकच शंका आहे. मी इथे कशाला आलो? असल्या जगात माझा काय उपयोग आहे? मी म्हणजे अतृप्त वासनांचे अपक्व बी- ज्याला दिशेची पर्वा नाही, असे वेडे वादळ- एखाद्या जळून गेलेल्या ग्रहगोलाचा भटकणारा तुकडा- असा मी आहे. हे हरपलेल्या आत्म्यांच्या देवा, इतर देवांमधे मिसळून मला दिसेनाशा झालेल्या, देवाधिदेवा, मी या जगात कशाला आलो आहे?

■

माझा मित्र

प्रिय मित्रा, मी तुला दिसतो, तसा मुळीच नाही. माझे बाह्य
स्वरूप हे एक   वरवरचे आवरण आहे. तुझ्या कुतूहलापासून
माझे आणि माझ्या उपेक्षेपासून तुझे रक्षण करणारे ते एक
मोठ्या काळजीचे विणलेले वस्त्र आहे.
माझ्यातला खरा मी मौनाच्या घरात राहतो. तो तिथे असाच
चिरकाल राहील. तो कुणाला दिसणार नाही, कुणाला
त्याच्याजवळ जाता येणार नाही.
मित्रा, माझ्या बोलण्यावर किंवा माझ्या कृतीवर तू विश्वास
ठेवावास, अशी इच्छा मी कधीही करणार नाही. कारण माझे
शब्द हे नादरूप धारण करून प्रगट झालेले तुझेच विचार
आहेत. माझी सर्व कृत्ये या तुझ्याच गतिमान झालेल्या आशा
आहेत.
'वारा पूर्वेकडे वाहत आहे', असे जेव्हा तू म्हणतोस तेव्हा मी
उत्तरतो, 'होय, तो त्याच दिशेने वाहत आहे. खरे सांगू? माझे
मन अशा वेळी वाऱ्याविषयी विचार करीत नसून, समुद्राचे
चिंतन करीत असते. हे तुला कळावे, अशी माझी इच्छा नसते,
म्हणूनच मी तुला असे उत्तर देतो.
माझे हे समुद्रविहाराचे विचार तुला समजत नाहीत. त्यांची तुला
जाणीव व्हावी, अशी माझीही इच्छा नाही. कारण त्या समुद्रावर
मी एकटाच रमत गमत फिरणार आहे.

माझ्या मित्रा, तुझा दिवस सुरू झाला की, माझी रात्र उगवते. असे असूनदेखील टेकड्यांवर नृत्य करणाऱ्या भर दुपारच्या प्रकाशलहरींविषयी आणि नंतर दरीपलीकडून चोरपावलांनी येणाऱ्या जांभळ्या सावल्यांविषयी मी तुझ्याशी बोलत राहतो. कारण माझी अंधारातली गाणी तुला ऐकू येत नाहीत. तारांगणात फडफडत असलेले माझे पंख तुला दिसत नाहीत. तुला हे दिसावे किंवा ऐकू यावे, असे मलाही वाटत नाही. माझ्या रात्रीबरोबर मी एकटाच विहार करू इच्छितो.

जेव्हा तू आपल्या स्वर्गाकडे वळतोस, तेव्हा मी माझ्या नरकात उतरत असतो. तुझ्या-माझ्यामध्ये केवढे दुर्लंघ्य अंतर आहे, याची यावेळी मला कल्पना येते. पण इतक्या दुरूनही, माझ्या मित्रा, प्रिय सुहृद म्हणून तू मला साद घालतोसच! प्रत्युत्तर म्हणूनच मीही तुला तशीच हाक मारतो. कारण माझा हा नरकातला निवास तुझ्या दृष्टीला पडू नये, अशी माझी इच्छा असते. इथल्या अग्निज्वाळांनी तुझी दृष्टी जळून साफ नाहीशी होईल, इथल्या धुराने तुझे नाक चोंदून तुझा जीव गुदमरेल. या निवासस्थानावर माझे इतके प्रेम आहे, की तू इथं कधीही पाऊल टाकू नयेस, असे मला वाटते. इथेही मी एकटाच माझे जीवन कंठणार आहे.

प्रिय सुहृदा, सत्य, सौंदर्य आणि सत्प्रवृत्ती यांच्यावर तुझे प्रेम आहे. या सर्व गोष्टींवर प्रेम करणे फार चांगले आहे, असे मी केवळ तुझ्यासाठी म्हणत असतो; पण मनामध्ये मात्र मी तुझ्या या प्रेमाला हसतो. परंतु माझे हे हसणे तुझ्या दृष्टीला पडावे, असे मला वाटत नाही. मी एकटाच हसू इच्छितो.

माझ्या मित्रा, तू सालस, सावध आणि शहाणा आहेस! छे, एवढ्याने तुझे खरेखुरे वर्णन होणार नाही. तू सर्वगुणसंपन्न आहेस. म्हणूनच मी तुझ्याबरोबर मोठ्या शहाणपणाने आणि सावधगिरीने बोलत असतो. तथापि, असल्या मुखवट्याखाली मी माझा वेडेपणा लपवीत असतो. माझा आत्मा मुळातच वेड्याचा आहे. माझ्या वेडालाही एकांतच आवडतो.

माझ्या मित्रा, खरे बोलायचे, तर तू माझा मित्र नाहीस. पण

तुला मी हे कसे समजावून सांगू? तुला हे कधीतरी पटेल काय? छे! ते अशक्य आहे आणि म्हणूनच आपले मार्ग भिन्न असूनही एकमेकांच्या हातात हात घालून आपण चालत आहो. ∎

पराभव

हे माझ्या पराजया, तू माझा एकांत आहेस. तुझ्यामुळेच मला हा अलिप्तपणा लाभला आहे. हजारो विजयांपेक्षा तू मला अधिक प्रिय आहेस. साऱ्या जगावर अधिराज्य चालविणाऱ्या कीर्तीपेक्षा माझ्या हृदयाला तू अधिक गोड वाटतोस, अधिक आवडतोस.

मित्रा पराजया, तू माझे आत्मज्ञान आहेस. तुझ्याच बळावर मी जगाला आव्हान देऊ शकतो. आपण अजून तरुण आहो, चपळ आहो, हा हा म्हणता कोमेजून जाणाऱ्या कीर्तिमाळांमध्ये आपण गुरफटून जाता कामा नये, हे सारे तूच मला शिकविले आहेस! तुझ्याच सहवासात मला खऱ्याखुऱ्या एकांताचा लाभ झाला. लोकांनी आपल्याला टाळण्यात आणि आपला उपहास करण्यात जो आनंद भरलेला आहे, त्याचा अनुभव तुझ्या कृपेमुळेच मला आला.

हे माझ्या पराभवा, माझी तळपती तलवार तूच आहेस, माझी संरक्षक ढालही तूच आहेस. सिंहासनावर आरूढ होणे, म्हणजे गुलाम होणे... जगाला आपले अंतरंग कळणे, म्हणजे आपण त्याच्या पातळीपर्यंत खाली उतरणे... लोकांना आपल्या आत्म्याचे आकलन होणे म्हणजे पूर्णतेला पोहोचणे... एखाद्या पिकलेल्या फळाप्रमाणे खाली पडून नाश पावणे... हे सारे सारे मी तुझ्याच डोळ्यांत वाचू शकलो.

हे माझ्या पराजया, माझ्या धैर्यशाली मित्रा, माझे गीत, माझे आक्रंदन आणि माझे मौन ही सारी तुलाच ऐकू येतील. पंखांचा फडफडाट, समुद्राच्या उसळत्या लाटांचा खळबळाट आणि रात्री जळणाऱ्या पर्वतांचा धगधगाट यांच्याविषयी तुझ्याशिवाय दुसरे कुणीही माझ्याशी बोलू शकणार नाही. माझ्या खडकाळ आत्म्याच्या चढणीवरून फक्त तूच वर येऊ शकशील.

हे माझ्या पराजया, माझा अमर धीर तूच आहेस! तू आणि मी वादळाबरोबर हसू! आपल्यातले जे जे चैतन्यहीन होत जाईल, ते ते पुरून टाकण्याकरिता आपण बरोबरीने खड्डे खणू! आपण निग्रहाने सूर्यप्रकाशात उभे राहू! मग साऱ्या जगाला आपली भीती वाटेल.

वधस्तंभावर

मी लोकांना ओरडून सांगितले,
“आज ना उद्या मला वधस्तंभावर लटकविण्यात येईल.”
ते म्हणाले,
“तुझ्या खुनाचं पाप आम्ही आपल्या शिरावर का घ्यावं?”
मी उत्तरलो,
“वेड्या माणसांचे बळी घेतल्याशिवाय तुम्हाला या जगात मोठेपण कसं प्राप्त होईल?”
त्यांनी माझे हे बोलणे मनावर घेतले. मला वधस्तंभावर टांगण्यात आले. त्या शिक्षेने माझा आत्मा शांत झाला. पृथ्वी आणि आकाश यांच्यामध्ये मी लोंबकळत असताना मला पाहण्याकरिता लोकांनी आपल्या माना उंचावल्या. त्यांना स्वतःचा मोठा अभिमान वाटला. कारण त्यांच्या माना इतक्या उंच कधीच झाल्या नव्हत्या.
माझ्याकडे पाहत उभा असणारा त्यांच्यापैकी एक मला म्हणाला,
“कुठल्या कृतकर्माचं प्रायश्चित्त तू भोगत आहेस?”
दुसऱ्याने प्रश्न केला,
“कोणत्या कार्यासाठी तू आपलं बलिदान करीत आहेस?”
तिसऱ्याने विचारले,
“अशा रीतीनं जगभर आपलं नाव गाजेल, असं तुला वाटतं

काय?''

मग चौथा उद्गारला,

''पाहा, पाहा... तो हसतोय! आपल्याला इतकं दुःख देणाऱ्याला मनुष्य क्षमा करू शकतो?''

मी त्या सर्वांना उद्देशून म्हणालो,

''मी वधस्तंभावर हसत होतो, एवढंच तुम्ही लक्षात ठेवा. त्याग, प्रायश्चित्त, कीर्तीची लालसा यापैकी कुठल्याही हेतूनं मी प्रेरित झालेलो नाही. माझा कुणीही अपराध केलेला नाही. मग मी क्षमा कशाची करू? तृषेनं मी व्याकूळ झालो होतो. माझं रक्त काढून मला प्यायला द्या, म्हणून मी तुम्हाला विनंती केली. कारण वेड्याची तहान त्याच्या स्वतःच्या रक्तानंच शांत होत असते. मी मुका होतो. जखमांच्या तोंडांनी तरी बोलता यावं, म्हणून मी तुमची विनवणी केली. तुमच्या या पृथ्वीवरल्या दिवस-रात्रीच्या तुरुंगात मी बंदिवान होऊन पडलो होतो. जिथं अधिक विशाल दिवस आणि रात्री असतात, अशा जागी जाण्याकरिता मी दरवाजा शोधीत होतो. तो मला दिसला.

मला निरोप द्या. माझ्यापूर्वी वधस्तंभावर लटकलेले अनेक लोक ज्या मार्गाने गेले आहेत, त्यानेच मी जात आहे. या मार्गाचा आम्हाला कंटाळा आला आहे, असे मुळीच समजू नका. कारण अधिक विशाल अशा पृथ्वीच्या आणि आकाशाच्या मध्ये याहूनही मोठमोठ्या जनसमुदायांनी आम्हाला वधस्तंभावर लटकावलेच पाहिजे.''

■

www.ingramcontent.com/pod-product-compliance
Lightning Source LLC
Chambersburg PA
CBHW030526260626
47157CB00005B/1901
* 9 7 8 8 1 7 7 6 6 3 7 5 4 *